BÁNH QUẾ CHẤT ĐẠM KHÔNG NƯỚNG

100 Món Ăn Ngon Không Cần Lò Nướng

Như Chà

MỤC LỤC

GIỚI THIỆU

Chào mừng bạn đến với thế giới thú vị của Món nướng không nướng của BÁNH QUẾ CHẤT , nơi chúng ta bắt đầu cuộc hành trình khám phá 100 món ăn hấp dẫn mà không cần đến độ ấm của lò nướng. Trong lĩnh vực ẩm thực thường dựa vào sự kỳ diệu của việc nướng bánh, BÁNH QUẾ CHẤT mang đến một bộ sưu tập những món ngon không thể cưỡng lại, không cần dùng nhiệt nhưng hứa hẹn sự bùng nổ về hương vị và kết cấu. Cho dù bạn là một thợ làm bánh dày dặn kinh nghiệm tại nhà hay là người mới vào bếp, bộ sưu tập các món ăn không cần nướng này chắc chắn sẽ nâng trò chơi tráng miệng của bạn lên một tầm cao mới.

BÁNH QUẾ CHẤT , một chuyên gia ẩm thực nổi tiếng với các công thức nấu ăn sáng tạo và dễ tiếp cận, đã tuyển chọn các món ăn phù hợp với khẩu vị và sở thích đa dạng. Từ bánh pho mát kem cho đến bánh quy giòn, mỗi món ăn đều được chế biến một cách chính xác và có chút sáng tạo. Hãy sẵn sàng khám phá một thế giới mà việc không có lò nướng cũng không cản trở việc tạo ra những kiệt tác hấp dẫn.

Vẻ đẹp của công thức nấu ăn không nướng nằm ở sự đơn giản và hiệu quả của chúng. Bộ sưu tập của BÁNH QUẾ CHẤT mời bạn khám phá khả năng to lớn của việc tạo ra những món tráng miệng xa hoa mà không cần quy trình nướng thông thường. Cho dù bạn không có nhiều thời gian, không có lò nướng hay chỉ đơn giản là đang tìm kiếm một cách dễ dàng để thỏa mãn sở thích ăn ngọt của mình, những món ăn không cần nướng này sẽ mang đến một giải pháp vừa tiện lợi vừa ngon miệng.

Các công thức nấu ăn trong các trang này bao gồm nhiều hương vị khác nhau, từ hương vị sô-cô-la cổ điển cho đến các hương vị thơm ngon từ trái cây. Những hướng dẫn và mẹo tỉ mỉ của BÁNH QUẾ CHẤT đảm bảo rằng ngay cả những người mới làm bánh cũng có thể thực hiện thành công những món ăn hấp dẫn này. Hãy sẵn sàng để ngạc nhiên trước sự dễ dàng mà bạn có thể tạo ra những món tráng miệng ấn tượng không chỉ trông bắt mắt mà còn có hương vị thần thánh.

BÁNH VÀ BÁNH BÁNH

1.Bánh táo quế

THÀNH PHẦN:

- 2 cốc vụn bánh quy graham
- 1/2 chén bơ không muối, tan chảy
- 2 chén táo thái nhỏ
- 1 thìa cà phê quế
- 1 cốc kem tươi
- Nước sốt caramel cho mưa phùn

HƯỚNG DẪN:

a) Trong một cái bát, trộn vụn bánh quy graham với bơ tan chảy.
b) Nhấn hỗn hợp vào đế của một ổ bánh mì có lót giấy để tạo thành lớp vỏ.
c) Trong một bát khác, trộn táo cắt nhỏ và quế.
d) Phủ hỗn hợp táo lên trên lớp vỏ.
e) Phủ kem tươi lên trên và rưới sốt caramel.
f) Làm lạnh trong vài giờ trước khi cắt và phục vụ.

2.Bánh mì chuối cuộn quế

THÀNH PHẦN:

- 2 cốc bánh quy graham nghiền nát
- 1/2 chén dầu dừa tan chảy
- 2 quả chuối chín, nghiền nhuyễn
- 1 thìa cà phê quế
- 1 cốc phô mai kem, làm mềm
- 1/4 cốc mật ong

HƯỚNG DẪN:

a) Trộn bánh quy giòn graham đã nghiền với dầu dừa đun chảy rồi ấn vào khuôn ổ bánh mì có lót giấy để làm vỏ bánh.
b) Trong một cái bát, trộn chuối nghiền và quế.
c) Phủ hỗn hợp chuối lên trên lớp vỏ.
d) Trong một tô khác, đánh kem phô mai với mật ong rồi trộn đều vào lớp chuối.
e) Làm lạnh vài giờ trước khi cắt.

3.Bánh Trường Học

THÀNH PHẦN:

- 2 chén vụn bánh quy tiêu hóa
- 1/2 chén bơ tan chảy
- 1 cốc sữa đặc có đường
- 1 cốc dừa nạo sấy
- 1 chén trái cây sấy khô hỗn hợp (nho khô, nho, nho)

HƯỚNG DẪN:

a) Trộn vụn bánh quy tiêu hóa với bơ tan chảy và ép vào chảo ổ bánh mì có lót giấy làm đế.

b) Trong một bát, trộn sữa đặc, dừa nạo sấy và hỗn hợp trái cây sấy khô.

c) Rải hỗn hợp lên lớp vỏ.

d) Làm lạnh cho đến khi đông lại, sau đó cắt lát và phục vụ.

4.Bánh mì chanh mưa – Phong cách Starbucks

THÀNH PHẦN:

- 2 cốc bánh quy vị chanh nghiền nát
- 1/2 cốc sô-cô-la trắng tan chảy
- 1 cốc kem tươi
- Vỏ của 2 quả chanh
- Những lát chanh để trang trí

HƯỚNG DẪN:

a) Trộn bánh quy chanh nghiền với sô-cô-la trắng tan chảy rồi ấn vào khuôn ổ bánh mì có lót giấy để làm vỏ bánh.
b) Phết kem tươi lên vỏ bánh.
c) Rắc vỏ chanh lên trên và trang trí bằng lát chanh.
d) Để nguội cho đến khi đông lại rồi cắt lát và thưởng thức.

5.Bánh mì sô cô la trắng việt quất

THÀNH PHẦN:

- 2 cốc vụn bánh xốp vani
- 1/2 cốc sô-cô-la trắng tan chảy
- 1 cốc quả việt quất tươi
- 1 cốc sữa chua vani

HƯỚNG DẪN:

a) Trộn vụn bánh wafer vani với sô-cô-la trắng tan chảy và ép vào chảo ổ bánh mì có lót giấy để làm lớp vỏ.
b) Phủ quả việt quất tươi lên trên lớp vỏ.
c) Top với sữa chua vani.
d) Làm lạnh cho đến khi đông lại, sau đó cắt lát và phục vụ.

6.Bánh mì sô cô la Fudge

THÀNH PHẦN:

- 2 cốc vụn bánh quy sô cô la
- 1/2 cốc sô-cô-la đen tan chảy
- 1 cốc nước sốt sôcôla
- 1 cốc kem tươi

HƯỚNG DẪN:

a) Trộn vụn bánh quy sô-cô-la với sô-cô-la đen tan chảy và ấn vào khuôn bánh mì có lót giấy để làm vỏ bánh.
b) Rưới một lớp sốt sô-cô-la lên vỏ bánh.
c) Phủ kem tươi lên trên.
d) Làm lạnh cho đến khi đông lại, sau đó cắt lát và thưởng thức.

7.Bánh Biscoff Hoa Sen

THÀNH PHẦN:

- 2 cốc vụn bánh quy Lotus Biscoff
- 1/2 chén bơ tan chảy
- 1 cốc kem phô mai
- 1/4 chén đường bột
- Lotus Biscoff lan truyền cho mưa phùn

HƯỚNG DẪN:

a) Trộn vụn bánh quy Lotus Biscoff với bơ đun chảy rồi ấn vào khuôn bánh mì có lót giấy để làm vỏ bánh.

b) Trong một cái bát, trộn phô mai kem với đường bột và phết lên lớp vỏ.

c) Rưới nước hoa sen Biscoff lên trên.

d) Để nguội cho đến khi đông lại rồi cắt lát và thưởng thức.

8.Bánh Poke sô cô la cuối cùng

THÀNH PHẦN:

- 2 cốc vụn bánh sô cô la
- 1/2 cốc ganache sô cô la
- 1 cốc mousse sô cô la
- Kem đánh bông để phủ lên trên

HƯỚNG DẪN:

a) Trộn vụn bánh sô-cô-la với sô-cô-la ganache và ấn vào khuôn ổ bánh mì có lót giấy để làm đế.
b) Đục các lỗ trên bánh và đổ mousse sô cô la vào.
c) Phủ kem tươi lên trên.
d) Làm lạnh cho đến khi đông lại, sau đó cắt lát và thưởng thức trải nghiệm sô cô la tuyệt vời nhất.

9.Bánh cà rốt siêu ẩm

THÀNH PHẦN:

- 2 cốc cà rốt nghiền mịn
- 1/2 chén dứa nghiền nát, để ráo nước
- 1 chén dừa vụn
- 1 chén quả óc chó cắt nhỏ
- 1 cốc kem phủ phô mai

HƯỚNG DẪN:

a) Cho cà rốt bào sợi, dứa nghiền nát, dừa vụn và quả óc chó cắt nhỏ vào tô.
b) Trộn kem phô mai phủ kem cho đến khi kết hợp tốt.
c) Nhấn hỗn hợp vào một ổ bánh mì lót.
d) Để lạnh cho đến khi đông lại, sau đó cắt lát và thưởng thức chiếc bánh cà rốt ẩm và đầy hương vị.

CÔNG THỨC BÁNH BÁNH COOKIE

10.Chảo bột bánh quy

THÀNH PHẦN:

- 1 chén bột bánh quy ăn được
- 1/2 cốc sô-cô-la chip
- 1/4 cốc kẹo dẻo nhỏ
- Bánh quy giòn Graham để chấm

HƯỚNG DẪN:

a) Nhấn bột bánh quy ăn được vào chảo.
b) Rắc sô-cô-la chip và kẹo dẻo nhỏ lên trên bột bánh quy.
c) Đặt chảo vào tủ lạnh cho đến khi cứng lại.
d) Ăn kèm với bánh quy graham để chấm.

11.Oreo Brookie cuối cùng

THÀNH PHẦN:

- 1 cốc vụn bánh Oreo nghiền nát
- 1/2 chén bột bánh quy sô-cô-la chip
- 1/2 chén bột bánh hạnh nhân
- Kem đánh bông để phủ lên trên

HƯỚNG DẪN:

a) Nhấn vụn bánh Oreo đã nghiền nát vào khuôn nướng bánh mì có lót giấy để làm đế.

b) Nhấn một lớp bột bánh quy sô-cô-la lên trên đế bánh Oreo.

c) Đổ bột bánh hạnh nhân lên trên bột bánh quy.

d) Để trong tủ lạnh cho đến khi đông lại, sau đó cắt lát và phủ kem tươi lên trên.

12.Thanh bột bánh quy Red Velvet

THÀNH PHẦN:

- 2 chén bột bánh quy nhung đỏ
- 1 cốc sô-cô-la trắng
- Kem phủ phô mai cho mưa phùn

HƯỚNG DẪN:

a) Nhấn bột bánh quy nhung đỏ vào chảo có lót giấy nến.
b) Rắc sô-cô-la trắng lên trên bột bánh quy.
c) Rắc kem phô mai phủ kem lên trên.
d) Làm lạnh cho đến khi đông lại, sau đó cắt thành thanh và phục vụ.

13.Bột bánh quy sô cô la không nướng

THÀNH PHẦN:

- 2 chén bột bánh quy sô-cô-la ăn được
- 1 cốc sô-cô-la chip nhỏ

HƯỚNG DẪN:

a) Trộn các viên sô-cô-la nhỏ vào bột bánh quy sô-cô-la ăn được.

b) Tạo hỗn hợp thành những viên tròn vừa ăn.

c) Để trong tủ lạnh cho đến khi cứng lại, sau đó thưởng thức những miếng bột bánh quy sô-cô-la không cần nướng.

14.Thanh bột bánh quy sô cô la chip

THÀNH PHẦN:

- 2 chén bột bánh quy sô-cô-la ăn được
- 1 cốc sô-cô-la chip (sữa hoặc đen)
- 1/2 chén bơ không muối, tan chảy
- 1 chén đường bột
- 1 muỗng cà phê chiết xuất vani
- Chút muối

HƯỚNG DẪN:

a) Trong một tô trộn, trộn bột bánh quy sô-cô-la ăn được với bơ tan chảy, đường bột, chiết xuất vani và một chút muối. Trộn cho đến khi kết hợp tốt.

b) Lót giấy da vào chảo hình vuông hoặc hình chữ nhật, chừa lại một ít phần nhô ra để dễ lấy ra.

c) Nhấn đều một nửa hỗn hợp bột bánh quy vào đáy chảo để tạo lớp đầu tiên.

d) Làm tan chảy sô-cô-la chip trong bát an toàn bằng lò vi sóng hoặc sử dụng nồi hơi đôi.

e) Đổ một lớp sô cô la tan chảy lên bột bánh quy trong chảo, dùng thìa dàn đều.

f) Đặt chảo vào tủ lạnh để lớp sô cô la đông lại trong khoảng 10-15 phút.

g) Sau khi lớp sô cô la đã cứng lại, trải đều hỗn hợp bột bánh quy còn lại lên lớp sô cô la để tạo lớp trên cùng.

h) Rưới một lớp sô cô la tan chảy khác lên trên và trải đều.

i) Làm lạnh các thanh trong ít nhất 2-3 giờ hoặc cho đến khi đông cứng hoàn toàn.

j) Sau khi đặt xong, hãy sử dụng phần giấy da nhô ra để nhấc các thanh ra khỏi chảo. Đặt trên thớt và cắt thành hình vuông.

k) Hãy phục vụ và thưởng thức những thanh bột bánh quy sô-cô-la không cần nướng thơm ngon này!

BÁNH PHÔ MAI, BÁNH TART & BÁNH PIES

15.Bánh quy vụn không nướng

THÀNH PHẦN:

- 2 cốc vụn bánh quy
- ½ cốc bơ không muối, tan chảy
- Phô mai kem 16 oz, làm mềm
- 1 chén đường bột
- 1 muỗng cà phê chiết xuất vani
- 1 cốc kem đặc
- vụn bánh quy để trang trí (tùy chọn)

HƯỚNG DẪN:

a) Trong một tô trộn, trộn vụn bánh quy và bơ tan chảy. Khuấy đều cho đến khi các mảnh vụn được phủ đều.
b) Nhấn hỗn hợp vào đáy chảo lò xo 9 inch đã được bôi mỡ hoặc lót giấy để tạo thành lớp vỏ.
c) Cho vào tủ lạnh để làm lạnh trong khi chuẩn bị nhân.
d) Trong một bát trộn riêng, đánh kem phô mai, đường bột và chiết xuất vani cho đến khi mịn và mịn như kem.
e) Trong một tô khác, đánh kem đặc cho đến khi tạo thành chóp cứng.
f) Nhẹ nhàng trộn kem đã đánh bông vào hỗn hợp kem phô mai cho đến khi hòa quyện hoàn toàn.
g) Đổ phần nhân lên trên lớp vỏ đã chuẩn bị sẵn, trải đều.
h) Rắc thêm vụn bánh quy lên trên nếu muốn.
i) Làm lạnh bánh pho mát ít nhất 4 giờ hoặc cho đến khi đông lại.
j) Cắt lát và thưởng thức món bánh pho mát vụn bánh quy không nướng thú vị này!

16.Bánh việt quất không nướng

THÀNH PHẦN:

- 1 vỏ bánh quy graham đã chuẩn bị sẵn
- 4 cốc quả việt quất tươi
- ½ chén đường cát
- ¼ cốc bột ngô
- ¼ thìa cà phê muối
- 1 thìa nước cốt chanh
- Kem đánh bông hoặc kem vani (tùy chọn, để phục vụ)

HƯỚNG DẪN:

a) Trong một cái chảo, trộn 2 cốc quả việt quất, đường, bột ngô, muối và nước cốt chanh.
b) Nấu trên lửa vừa, khuấy thường xuyên cho đến khi hỗn hợp đặc lại và quả việt quất vỡ ra, tiết ra nước.
c) Tắt bếp và để hỗn hợp nguội trong vài phút.
d) Khuấy 2 cốc quả việt quất tươi còn lại.
e) Đổ nhân việt quất vào vỏ bánh quy graham đã chuẩn bị sẵn, trải đều.
f) Làm lạnh bánh ít nhất 2-3 giờ hoặc cho đến khi đông lại.
g) Dùng lạnh, phủ kem tươi hoặc kem vani nếu muốn.

17.Bánh đào không nướng

THÀNH PHẦN:

- 1 vỏ bánh quy graham đã chuẩn bị sẵn
- 4 cốc đào tươi, gọt vỏ và thái lát
- ½ chén đường cát
- 2 muỗng canh bột bắp
- ¼ muỗng cà phê quế xay
- Kem đánh bông hoặc kem vani (tùy chọn, để phục vụ)

HƯỚNG DẪN:

a) Trong chảo, trộn đào thái lát, đường, bột bắp và quế xay.
b) Nấu trên lửa vừa, khuấy thường xuyên cho đến khi hỗn hợp đặc lại và đào mềm.
c) Tắt bếp và để nhân đào nguội trong vài phút.
d) Đổ nhân đào vào vỏ bánh quy graham đã chuẩn bị sẵn, trải đều.
e) Làm lạnh bánh ít nhất 2-3 giờ hoặc cho đến khi đông lại.
f) Ăn lạnh, phủ kem tươi hoặc một muỗng kem vani nếu muốn.

18.Bánh bí ngô không nướng

THÀNH PHẦN:

- 1 vỏ bánh quy graham đã chuẩn bị sẵn
- 1 cốc bí ngô xay nhuyễn đóng hộp
- ½ chén đường cát
- ½ muỗng cà phê gia vị làm bánh bí ngô
- ¼ thìa cà phê muối
- 1 cốc kem đặc
- Kem tươi để trang trí (tùy chọn)

HƯỚNG DẪN:

a) Trong một bát trộn, trộn bí ngô xay nhuyễn đóng hộp, đường cát, gia vị bánh bí ngô và muối. Trộn cho đến khi kết hợp tốt.
b) Trong một tô trộn riêng, đánh kem đặc cho đến khi tạo thành chóp cứng.
c) Nhẹ nhàng trộn kem đã đánh bông vào hỗn hợp bí ngô cho đến khi hòa quyện hoàn toàn.
d) Đổ nhân bí ngô vào vỏ bánh quy graham đã chuẩn bị sẵn, trải đều.
e) Làm lạnh bánh ít nhất 2-3 giờ hoặc cho đến khi đông lại.
f) Dùng lạnh và trang trí bằng kem đánh bông nếu muốn.

19.Sô cô la không nướng Ricotta Pi e

THÀNH PHẦN:

- 1 ½ cốc vụn bánh quy sô-cô-la
- ¼ cốc bơ không muối, tan chảy
- 2 cốc phô mai ricotta
- ½ chén đường bột
- 1 muỗng cà phê chiết xuất vani
- 1 cốc kem đặc
- Sô cô la vụn để trang trí (tùy chọn)

HƯỚNG DẪN:

a) Trong một tô trộn, trộn vụn bánh quy sô cô la và bơ tan chảy. Khuấy đều cho đến khi các mảnh vụn được phủ đều.

b) Nhấn hỗn hợp vào đáy chảo lò xo 9 inch đã được bôi mỡ hoặc lót giấy để tạo thành lớp vỏ. Cho vào tủ lạnh để làm lạnh trong khi chuẩn bị nhân.

c) Trong một bát trộn riêng, đánh phô mai ricotta, đường bột và chiết xuất vani cho đến khi mịn.

d) Trong một tô khác, đánh kem đặc cho đến khi tạo thành chóp cứng.

e) Nhẹ nhàng trộn kem đã đánh bông vào hỗn hợp ricotta cho đến khi hòa quyện hoàn toàn.

f) Đổ phần nhân lên trên lớp vỏ đã chuẩn bị sẵn, trải đều.

g) Làm lạnh bánh trong ít nhất 4 giờ hoặc cho đến khi đông lại.

h) Trước khi ăn có thể trang trí bằng sô-cô-la bào nếu muốn.

i) Hãy cắt lát và thưởng thức chiếc bánh ricotta không nướng có vị kem và sô-cô-la này!

20.Bánh sữa chua không nướng

THÀNH PHẦN:

- 1 ½ chén vụn bánh quy graham
- ¼ cốc bơ không muối, tan chảy
- 16 oz sữa chua nguyên chất hoặc vani
- Phô mai kem 8 oz, làm mềm
- ½ chén đường bột
- 1 muỗng cà phê chiết xuất vani
- Trái cây tươi để phủ lên trên (chẳng hạn như quả mọng, đào thái lát hoặc kiwi)

HƯỚNG DẪN:

a) Trong một tô trộn, trộn vụn bánh quy graham và bơ tan chảy. Khuấy đều cho đến khi các mảnh vụn được phủ đều.
b) Nhấn hỗn hợp vào đáy đĩa bánh 9 inch đã phết mỡ hoặc lót giấy để tạo thành lớp vỏ. Cho vào tủ lạnh để làm lạnh trong khi chuẩn bị nhân.
c) Trong một bát trộn riêng, đánh sữa chua, phô mai kem, đường bột và chiết xuất vani cho đến khi mịn và mịn như kem.
d) Đổ nhân vào vỏ bánh đã chuẩn bị sẵn, dàn đều.
e) Phủ lên mặt bánh một lớp trái cây tươi tùy thích.
f) Làm lạnh bánh trong ít nhất 4 giờ hoặc cho đến khi đông lại.
g) Cắt lát và thưởng thức món bánh sữa chua không nướng thơm ngon và béo ngậy này!

21.Bánh kem không nướng

THÀNH PHẦN:

- 2 chén vụn bánh quy (chẳng hạn như bánh quy graham hoặc vụn bánh quy sô cô la)
- ½ cốc bơ không muối, tan chảy
- 1 lít (4 cốc) kem tùy bạn chọn, làm mềm
- Kem tươi, sốt sô-cô-la hoặc sốt caramel để phủ lên trên

HƯỚNG DẪN:

a) Trong một tô trộn, trộn vụn bánh quy và bơ tan chảy. Khuấy đều cho đến khi các mảnh vụn được phủ đều.

b) Nhấn hỗn hợp vào đáy đĩa bánh 9 inch đã phết mỡ hoặc lót giấy để tạo thành lớp vỏ. Cho vào tủ lạnh để làm lạnh trong khi chuẩn bị nhân.

c) Phết kem đã làm mềm lên lớp vỏ đã chuẩn bị sẵn, dàn đều thành một lớp.

d) Đặt bánh vào tủ đông và để đông trong ít nhất 4 giờ hoặc cho đến khi đông lại.

e) Trước khi dùng, trang trí với kem đánh bông, sốt sô cô la hoặc sốt caramel nếu muốn.

f) Hãy cắt lát và thưởng thức món bánh kem không cần nướng mát lạnh và sảng khoái này!

22.Bánh phô mai chiffon dứa không nướng

THÀNH PHẦN:

- 1 ½ chén vụn bánh quy graham
- ¼ cốc bơ không muối, tan chảy
- Phô mai kem nhẹ 8 oz, làm mềm
- ½ chén đường bột
- 1 lon (20 oz) dứa nghiền, để ráo nước
- 1 cốc kem đánh bông (như Cool Whip hoặc kem tươi tự làm)

HƯỚNG DẪN:

a) Trong một tô trộn, trộn vụn bánh quy graham và bơ tan chảy. Khuấy đều cho đến khi các mảnh vụn được phủ đều.

b) Nhấn hỗn hợp vào đáy đĩa bánh 9 inch đã phết mỡ hoặc lót giấy để tạo thành lớp vỏ. Cho vào tủ lạnh để làm lạnh trong khi chuẩn bị nhân.

c) Trong một bát trộn riêng, đánh phô mai kem nhẹ và đường bột cho đến khi mịn và như kem.

d) Cho dứa đã ráo nước đã nghiền nát vào và đánh bông lên trên cho đến khi hòa quyện.

e) Đổ phần nhân lên trên lớp vỏ đã chuẩn bị sẵn, trải đều.

f) Làm lạnh bánh pho mát ít nhất 4 giờ hoặc cho đến khi đông lại.

g) Hãy cắt lát và thưởng thức món bánh phô mai chiffon dứa không nướng nhẹ nhàng và sảng khoái này!

23.Bánh phô mai trứng không nướng

THÀNH PHẦN:

- 1 ½ cốc vụn bánh quy gingersnap
- ¼ cốc bơ không muối, tan chảy
- Phô mai kem 16 oz, làm mềm
- 1 chén đường bột
- 1 muỗng cà phê chiết xuất vani
- ½ muỗng cà phê hạt nhục đậu khấu
- ½ cốc rượu trứng
- Kem đánh bông và hạt nhục đậu khấu để trang trí (tùy chọn)

HƯỚNG DẪN:

a) Trong một tô trộn, trộn vụn bánh quy gingersnap và bơ tan chảy. Khuấy đều cho đến khi các mảnh vụn được phủ đều.
b) Nhấn hỗn hợp vào đáy chảo lò xo 9 inch đã được bôi mỡ hoặc lót giấy để tạo thành lớp vỏ. Cho vào tủ lạnh để làm lạnh trong khi chuẩn bị nhân.
c) Trong một bát trộn riêng, đánh kem phô mai, đường bột, chiết xuất vani và hạt nhục đậu khấu xay cho đến khi mịn và như kem.
d) Dần dần thêm rượu trứng vào hỗn hợp phô mai kem, đánh cho đến khi hòa quyện.
e) Đổ phần nhân lên trên lớp vỏ đã chuẩn bị sẵn, trải đều.
f) Làm lạnh bánh pho mát ít nhất 4 giờ hoặc cho đến khi đông lại.
g) Trước khi dùng, trang trí với kem đánh bông và rắc hạt nhục đậu khấu nếu muốn.
h) Hãy cắt lát và thưởng thức món bánh phô mai trứng không nướng đầy hương vị và đậm chất lễ hội này!

24.Bánh phô mai mùa hè không nướng Philly

THÀNH PHẦN:

- 2 cốc vụn bánh quy graham
- ½ cốc bơ không muối, tan chảy
- 2 (8 ounce) gói phô mai kem, làm mềm
- 1 chén đường bột
- 1 muỗng cà phê chiết xuất vani
- 1 cốc kem đặc
- ¼ cốc nước chanh tươi
- Vỏ của 1 quả chanh
- Quả mọng hoặc trái cây tươi tùy thích để trang trí

HƯỚNG DẪN:

a) Trong một tô vừa, trộn vụn bánh quy graham và bơ tan chảy. Trộn cho đến khi các mẩu vụn được phủ đều bơ.
b) Nhấn hỗn hợp vụn vào đáy chảo dạng lò xo 9 inch, tạo thành một lớp chẵn. Đặt chảo vào tủ lạnh để làm lạnh trong khi chuẩn bị nhân.
c) Trong một tô trộn lớn, đánh kem phô mai cho đến khi mịn và như kem.
d) Thêm đường bột và chiết xuất vani vào kem phô mai và tiếp tục đánh cho đến khi kết hợp tốt và mịn.
e) Trong một bát riêng, đánh kem đặc cho đến khi tạo thành chóp cứng.
f) Nhẹ nhàng trộn kem đã đánh bông vào hỗn hợp kem phô mai.
g) Thêm nước cốt chanh tươi và vỏ chanh vào nhân bánh và gấp lại cho đến khi mọi thứ hòa quyện vào nhau.
h) Lấy khuôn dạng lò xo ra khỏi tủ lạnh và đổ nhân lên trên lớp vỏ bánh quy graham, dùng thìa làm phẳng phần trên.
i) Đậy chảo bằng màng bọc thực phẩm và để trong tủ lạnh ít nhất 4 giờ hoặc qua đêm để đông kết.
j) Trước khi phục vụ, cẩn thận loại bỏ các cạnh của chảo dạng lò xo.
k) Phủ lên trên bánh phô mai những quả mọng tươi hoặc trái cây bạn chọn.
l) Cắt lát và phục vụ ướp lạnh. Thưởng thức!

25.Bánh phô mai chiffon mơ không nướng

THÀNH PHẦN:

- 2 cốc vụn bánh quy graham
- ½ cốc bơ không muối, tan chảy
- 1 (8 ounce) gói phô mai kem, làm mềm
- ½ chén đường bột
- 1 muỗng cà phê chiết xuất vani
- 1 cốc kem đặc, đánh bông
- 1 cốc mứt mơ
- 1 muỗng canh gelatin
- ¼ cốc nước

HƯỚNG DẪN:

a) Thực hiện theo các bước từ 1-6 trong công thức trước để chuẩn bị vỏ bánh quy graham và nhân kem phô mai.

b) Trong một chiếc bát nhỏ an toàn với lò vi sóng, rắc gelatin lên trên mặt nước và để yên trong 5 phút cho gelatin mềm.

c) Cho hỗn hợp gelatin vào lò vi sóng khoảng 20 giây hoặc cho đến khi gelatin tan hoàn toàn. Để nó nguội một chút.

d) Trong một bát riêng, đánh kem đặc cho đến khi tạo thành chóp mềm.

e) Nhẹ nhàng trộn kem đã đánh bông vào hỗn hợp kem phô mai.

f) Đổ dần hỗn hợp gelatin đã nguội vào hỗn hợp phô mai kem trong khi gấp liên tục.

g) Trải mứt mơ lên trên lớp vỏ bánh quy graham.

h) Đổ hỗn hợp phô mai kem lên trên phần bảo quản, trải đều.

i) Đậy chảo bằng màng bọc thực phẩm và để trong tủ lạnh ít nhất 4 giờ hoặc qua đêm để đông kết.

j) Sau khi đặt xong, tháo các cạnh của chảo dạng lò xo và cắt bánh pho mát để thưởng thức. Hãy thưởng thức món bánh phô mai chiffon mơ không nướng mềm mịn và thú vị nhé!

26.Bánh tart trái cây tươi không nướng

THÀNH PHẦN:

- 1 ½ chén vụn bánh quy graham
- ¼ cốc bơ không muối, tan chảy
- Phô mai kem 8 oz, làm mềm
- ½ chén đường bột
- 1 muỗng cà phê chiết xuất vani
- Các loại trái cây tươi để topping
- Men trái cây hoặc mật ong để rưới (tùy chọn)

HƯỚNG DẪN:

a) Trong một tô trộn, trộn vụn bánh quy graham và bơ tan chảy. Khuấy đều cho đến khi các mảnh vụn được phủ đều.
b) Nhấn hỗn hợp vào đáy chảo bánh tart 9 inch đã được bôi mỡ hoặc lót giấy để tạo thành lớp vỏ. Cho vào tủ lạnh để làm lạnh trong khi chuẩn bị nhân.
c) Trong một bát trộn riêng, đánh kem phô mai, đường bột và chiết xuất vani cho đến khi mịn và mịn như kem.
d) Trải phần nhân kem phô mai lên lớp vỏ đã chuẩn bị sẵn, dàn đều.
e) Xếp các loại trái cây tươi lên trên phần nhân.
f) Rắc thêm men trái cây hoặc mật ong để tăng thêm vị ngọt nếu muốn.
g) Làm lạnh bánh tart trong ít nhất 1 giờ hoặc cho đến khi đông lại.
h) Cắt lát và phục vụ món bánh tart trái cây tươi không nướng tươi ngon và hấp dẫn này!

27. Bánh tart dâu tây không nướng

THÀNH PHẦN:

- 1 ½ chén vụn bánh quy graham
- ⅓ cốc bơ tan chảy
- Phô mai kem 8 oz, làm mềm
- ½ chén đường bột
- 1 muỗng cà phê chiết xuất vani
- 1 cốc dâu tây tươi, thái lát

HƯỚNG DẪN:

a) Trong một cái bát, trộn vụn bánh quy graham và bơ tan chảy cho đến khi trộn đều.
b) Nhấn hỗn hợp vụn vào đáy khuôn tartlet hoặc cốc muffin nhỏ để tạo thành lớp vỏ.
c) Trong một bát riêng, đánh kem phô mai, đường bột và chiết xuất vani cho đến khi mịn.
d) Đổ hỗn hợp phô mai kem vào vỏ bánh tartlet và làm mịn phần trên.
e) Đặt từng lát dâu tây tươi lên trên mỗi chiếc bánh tartlet.
f) Làm lạnh ít nhất 1 giờ trước khi phục vụ.

28.Bánh chanh không nướng

THÀNH PHẦN:

- 1 ½ chén vụn bánh quy graham
- ⅓ cốc bơ tan chảy
- Phô mai kem 8 oz, làm mềm
- ½ chén đường bột
- ¼ cốc nước chanh mới vắt
- 1 muỗng cà phê vỏ chanh
- Kem tươi để phủ lên trên (tùy chọn)

HƯỚNG DẪN:

a) Trong một cái bát, trộn vụn bánh quy graham và bơ tan chảy cho đến khi trộn đều.
b) Nhấn hỗn hợp vụn vào đáy chảo bánh tart để tạo thành lớp vỏ.
c) Trong một bát riêng, đánh kem phô mai, đường bột, nước cốt chanh và vỏ chanh cho đến khi mịn.
d) Phết hỗn hợp phô mai kem lên lớp vỏ trong chảo bánh tart.
e) Làm lạnh ít nhất 2 giờ để thiết lập.
f) Phủ kem tươi lên trước khi dùng (tùy chọn).

29.Bánh sô-cô-la bơ đậu phộng không nướng

THÀNH PHẦN:

- 2 cốc vụn bánh quy sô cô la
- ½ cốc bơ tan chảy
- 1 cốc bơ đậu phộng dạng kem
- Phô mai kem 8 oz, làm mềm
- 1 chén đường bột
- 1 muỗng cà phê chiết xuất vani
- 1 cốc kem đặc, đánh bông
- Sô cô la vụn để trang trí

HƯỚNG DẪN:

a) Trong một cái bát, trộn vụn bánh quy sô cô la và bơ tan chảy cho đến khi trộn đều.
b) Nhấn hỗn hợp vụn vào đáy chảo bánh tart để tạo thành lớp vỏ.
c) Trong một bát riêng, đánh bơ đậu phộng, phô mai kem, đường bột và chiết xuất vani cho đến khi mịn.
d) Gấp kem tươi vào.
e) Phết hỗn hợp bơ đậu phộng lên lớp vỏ trong chảo bánh tart.
f) Làm lạnh ít nhất 4 giờ để thiết lập.
g) Trang trí với sô-cô-la bào trước khi dùng.

30.Bánh hạnh nhân mâm xôi không nướng

THÀNH PHẦN:

- 1 ½ chén bột hạnh nhân
- ¼ chén dầu dừa tan chảy
- ¼ cốc xi-rô cây phong
- Phô mai kem 8 oz, làm mềm
- ½ chén đường bột
- 1 muỗng cà phê chiết xuất hạnh nhân
- Quả mâm xôi tươi để làm topping

HƯỚNG DẪN:

a) Trong một cái bát, trộn bột hạnh nhân, dầu dừa đun chảy và xi-rô phong cho đến khi trộn đều.
b) Nhấn hỗn hợp hạnh nhân vào đáy khuôn tartlet hoặc cốc muffin nhỏ để tạo thành lớp vỏ.
c) Trong một bát riêng, đánh kem phô mai, đường bột và chiết xuất hạnh nhân cho đến khi mịn.
d) Đổ hỗn hợp phô mai kem vào vỏ bánh tartlet và làm mịn phần trên.
e) Phủ quả mâm xôi tươi lên trên mỗi chiếc bánh tartlet.
f) Làm lạnh ít nhất 1 giờ trước khi phục vụ.

31.Bánh Tart bạc hà Oreo không nướng

THÀNH PHẦN:

- 2 cốc vụn bánh quy Oreo
- ½ cốc bơ tan chảy
- Phô mai kem 8 oz, làm mềm
- ½ chén đường bột
- 1 muỗng cà phê chiết xuất bạc hà
- Màu thực phẩm xanh (tùy chọn)
- Kem đánh bông để phủ lên trên
- Xi-rô sô cô la để làm mưa phùn

HƯỚNG DẪN:

a) Trong một cái bát, trộn vụn bánh quy Oreo và bơ tan chảy cho đến khi trộn đều.
b) Nhấn hỗn hợp vụn vào đáy chảo bánh tart để tạo thành lớp vỏ.
c) Trong một bát riêng, đánh kem phô mai, đường bột, chiết xuất bạc hà và màu thực phẩm xanh (nếu dùng) cho đến khi mịn.
d) Phết hỗn hợp phô mai kem lên lớp vỏ trong chảo bánh tart.
e) Làm lạnh ít nhất 2 giờ để thiết lập.
f) Phủ kem tươi lên trên và rưới xi-rô sô-cô-la trước khi dùng.

32.Bánh dừa xoài không nướng

THÀNH PHẦN:

- 1 ½ cốc dừa vụn
- ¼ chén dầu dừa tan chảy
- ¼ cốc mật ong
- Phô mai kem 8 oz, làm mềm
- ½ chén đường bột
- 1 muỗng cà phê chiết xuất vani
- Những lát xoài tươi để phủ lên trên

HƯỚNG DẪN:

a) Trong một cái bát, trộn dừa vụn, dầu dừa đun chảy và mật ong cho đến khi trộn đều.
b) Nhấn hỗn hợp dừa vào đáy khuôn tartlet hoặc cốc muffin nhỏ để tạo thành vỏ bánh.
c) Trong một bát riêng, đánh kem phô mai, đường bột và chiết xuất vani cho đến khi mịn.
d) Đổ hỗn hợp phô mai kem vào vỏ bánh tartlet và làm mịn phần trên.
e) Đặt từng lát xoài tươi lên trên mỗi chiếc bánh tartlet.
f) Làm lạnh ít nhất 1 giờ trước khi phục vụ.

33.Bánh Tart Caramel Pecan Không Nướng

THÀNH PHẦN:

- 2 cốc vụn bánh quy graham
- ½ cốc bơ tan chảy
- 1 chén nước sốt caramen
- Phô mai kem 8 oz, làm mềm
- ½ chén đường bột
- 1 muỗng cà phê chiết xuất vani
- Quả hồ đào cắt nhỏ để phủ lên trên

HƯỚNG DẪN:

a) Trong một cái bát, trộn vụn bánh quy graham và bơ tan chảy cho đến khi trộn đều.
b) Nhấn hỗn hợp vụn vào đáy chảo bánh tart để tạo thành lớp vỏ.
c) Phết nước sốt caramel lên lớp vỏ trong chảo bánh tart.
d) Trong một bát riêng, đánh kem phô mai, đường bột và chiết xuất vani cho đến khi mịn.
e) Trải hỗn hợp kem phô mai lên lớp caramel.
f) Top với hồ đào xắt nhỏ.
g) Làm lạnh ít nhất 2 giờ để thiết lập.

34.Bánh chuối sô-cô-la không nướng

THÀNH PHẦN:

- 1 ½ cốc vụn bánh quy sô-cô-la
- ⅓ cốc bơ tan chảy
- Phô mai kem 8 oz, làm mềm
- ½ chén đường bột
- 2 quả chuối chín, thái lát
- Sốt sô-cô-la để phủ lên trên

HƯỚNG DẪN:

a) Trong một cái bát, trộn vụn bánh quy sô cô la và bơ tan chảy cho đến khi trộn đều.
b) Nhấn hỗn hợp vụn vào đáy chảo bánh tart để tạo thành lớp vỏ.
c) Trong một bát riêng, đánh kem phô mai và đường bột cho đến khi mịn.
d) Phết hỗn hợp phô mai kem lên lớp vỏ trong chảo bánh tart.
e) Xếp các lát chuối lên trên lớp kem phô mai.
f) Rưới nước sốt sô-cô-la lên chuối.
g) Làm lạnh ít nhất 2 giờ để thiết lập.

35.Bánh quy nhồi Kinder

THÀNH PHẦN:

- 2 chén bột bánh quy sô-cô-la chip
- 8 thanh socola Kinder (hoặc tương tự)
- 1/2 chén hạt phỉ, cắt nhỏ (tùy chọn)

HƯỚNG DẪN:

a) Làm nóng lò nướng của bạn ở nhiệt độ 350°F (175°C).
b) Nhấn một nửa bột bánh quy vào đáy đĩa bánh.
c) Đặt đều các thanh sô cô la Kinder lên trên bột.
d) Phủ phần bột bánh quy còn lại lên trên, phủ lên các thanh sô cô la.
e) Rắc hạt phỉ cắt nhỏ lên trên nếu muốn.
f) Nướng trong 20-25 phút hoặc cho đến khi các cạnh vàng.
g) Để nguội trước khi cắt và phục vụ.

BÁNH QUY

36. Bánh quy Nutella bốn thành phần

THÀNH PHẦN:

- 1 cốc Nutella
- 1 cốc bột mì đa dụng
- 1 trứng lớn
- 1/2 chén hạt phỉ cắt nhỏ (tùy chọn)

HƯỚNG DẪN:

a) Làm nóng lò nướng của bạn ở nhiệt độ 350°F (175°C).
b) Trong một cái bát, trộn Nutella, bột mì và trứng cho đến khi kết hợp tốt.
c) Gấp hạt phỉ cắt nhỏ nếu sử dụng.
d) Đổ từng thìa bột lên khay nướng.
e) Nướng trong 8-10 phút hoặc cho đến khi các cạnh se lại.
f) Để bánh nguội trên khay nướng trong vài phút trước khi chuyển sang giá lưới.

37.Bánh quy cầu vồng mềm và dai

THÀNH PHẦN:

- 2 chén bột bánh quy đường
- Màu thực phẩm (nhiều màu)
- Rắc

HƯỚNG DẪN:

a) Chia bột bánh quy đường thành nhiều phần.
b) Thêm màu thực phẩm khác nhau vào từng phần để tạo ra màu sắc cầu vồng.
c) Cuộn từng phần màu thành những quả bóng nhỏ.
d) Sắp xếp các quả bóng theo hình cầu vồng trên đĩa.
e) Rắc rắc đầy màu sắc.
f) Làm lạnh cho đến khi chắc chắn trước khi phục vụ.

38.Cookies Chocolate Chip mềm và Chewy

THÀNH PHẦN:

- 2 chén bột mì đa dụng
- 1 muỗng cà phê baking soda
- 1/2 thìa cà phê muối
- 1 cốc bơ không muối, làm mềm
- 3/4 chén đường nâu
- 3/4 chén đường cát
- 2 quả trứng lớn
- 2 muỗng cà phê chiết xuất vani
- 2 cốc sô-cô-la chip

HƯỚNG DẪN:

a) Làm nóng lò nướng của bạn ở nhiệt độ 350°F (175°C).
b) Trong một cái bát, trộn đều bột mì, baking soda và muối.
c) Trong một tô khác, trộn bơ, đường nâu và đường cát với nhau cho đến khi mịn và nhạt.
d) Đánh từng quả trứng một, sau đó cho vani vào khuấy đều.
e) Dần dần thêm các thành phần khô vào các thành phần ướt, trộn cho đến khi vừa kết hợp.
f) Gấp sô cô la chip.
g) Đổ từng thìa bột tròn lên khay nướng không phết dầu mỡ.
h) Nướng trong 10-12 phút hoặc cho đến khi các cạnh vàng.
i) Để bánh nguội trên khay nướng trong vài phút trước khi chuyển sang giá lưới.

39.Bánh quy bơ không nướng

THÀNH PHẦN:

- ½ cốc bơ không muối
- 1 cốc đường cát
- ½ cốc sữa đặc
- 1 muỗng cà phê chiết xuất vani
- 1 cốc bánh quy bơ
- 3 chén yến mạch nấu nhanh

HƯỚNG DẪN:

a) Trong chảo, làm tan chảy bơ trên lửa vừa.
b) Khuấy đường và sữa cô đặc. Đun sôi, khuấy liên tục.
c) Tắt bếp và cho chiết xuất vani và bánh quy bơ vào khuấy đều cho đến khi mịn và tan chảy.
d) Gấp yến mạch nấu nhanh cho đến khi được phủ đều.
e) Đổ từng thìa hỗn hợp lên giấy sáp hoặc khay nướng.
f) Để bánh nguội và đặt ở nhiệt độ phòng.

40.Bánh quy cam không nướng

THÀNH PHẦN:

- 2 cốc bánh quy wafer vani nghiền nát
- 1 chén đường bột
- 1 cốc hồ đào thái nhỏ
- ½ cốc nước cam
- Vỏ của 1 quả cam
- ½ chén dừa vụn (tùy chọn)

HƯỚNG DẪN:

a) Trong một tô trộn, trộn bánh quy xốp vani nghiền, đường bột, quả hồ đào xắt nhỏ, nước cam và vỏ cam. Trộn đều cho đến khi các thành phần được kết hợp hoàn toàn.

b) Cán hỗn hợp thành những quả bóng nhỏ và đặt chúng lên khay nướng có lót giấy da.

c) Nếu muốn, hãy lăn từng viên trong dừa vụn để tăng thêm kết cấu và hương vị.

d) Để vào tủ lạnh ít nhất 1 giờ để bánh cứng lại.

e) Phục vụ ướp lạnh và thưởng thức những chiếc bánh quy cam không nướng thú vị này.

41.Bánh quy bơ đậu phộng không nướng

THÀNH PHẦN:

- 1 cốc bơ đậu phộng dạng kem
- ½ cốc mật ong hoặc xi-rô cây phong
- 2 chén yến mạch cán
- ½ chén dừa vụn (tùy chọn)
- ¼ chén đậu phộng xắt nhỏ (tùy chọn)

HƯỚNG DẪN:

a) Trong tô trộn, trộn bơ đậu phộng và mật ong hoặc xi-rô phong cho đến khi mịn.
b) Thêm yến mạch cán vào hỗn hợp và khuấy cho đến khi kết hợp tốt.
c) Nếu muốn, cho dừa vụn và đậu phộng cắt nhỏ vào để tăng thêm kết cấu và hương vị.
d) Lấy từng phần nhỏ hỗn hợp và tạo hình thành bánh quy.
e) Đặt những chiếc bánh lên khay nướng có lót giấy nến.
f) Để vào tủ lạnh ít nhất 1 giờ để bánh cứng lại.
g) Hãy thưởng thức những chiếc bánh quy bơ đậu phộng không nướng thơm ngon và giàu protein này.

42.Không-Bake Cookie Oatmeal Sôcôla

THÀNH PHẦN:

- ½ cốc bơ không muối
- 2 cốc đường cát
- ½ cốc sữa
- ¼ cốc bột cacao không đường
- 3 chén yến mạch nấu nhanh
- ½ cốc bơ đậu phộng dạng kem
- 1 muỗng cà phê chiết xuất vani

HƯỚNG DẪN:

a) Trong chảo, trộn bơ, đường, sữa và bột ca cao. Nấu ở nhiệt độ vừa phải, khuấy đều tay.
b) Tắt bếp và cho yến mạch nấu nhanh, bơ đậu phộng và chiết xuất vani vào khuấy đều cho đến khi hòa quyện.
c) Đổ từng thìa hỗn hợp lên giấy sáp hoặc khay nướng.
d) Để bánh nguội và đặt ở nhiệt độ phòng.

43.Bánh quy gelatin bột yến mạch không nướng

THÀNH PHẦN:

- 2 chén yến mạch nhanh
- 1 cốc đường
- ½ cốc bơ không muối
- ½ cốc sữa
- 1 muỗng cà phê chiết xuất vani
- 1 gói (3 oz) gelatin có hương vị (như dâu hoặc cam)

HƯỚNG DẪN:

a) Trong chảo, trộn đường, bơ không muối và sữa. Nấu ở nhiệt độ vừa phải, khuấy đều tay.
b) Nhấc chảo ra khỏi bếp và cho chiết xuất vani và gelatin có hương vị vào khuấy đều.
c) Thêm yến mạch nhanh vào chảo và khuấy đều cho đến khi phủ đều.
d) Múc từng thìa hỗn hợp lên khay nướng có lót giấy sáp.
e) Để bánh nguội và đặt ở nhiệt độ phòng hoặc để trong tủ lạnh để bánh đông lại nhanh hơn.
f) Sau khi cứng lại, chuyển vào hộp kín và bảo quản ở nhiệt độ phòng.
g) Hãy thưởng thức những chiếc bánh quy gelatin bột yến mạch thơm ngon và không cần nướng này!

44.Bánh quy thả Penuche không nướng

THÀNH PHẦN:

- ½ cốc bơ không muối
- 2 chén đường nâu
- ½ cốc sữa
- 3 chén yến mạch nhanh
- 1 chén hạt xắt nhỏ (chẳng hạn như quả óc chó hoặc quả hồ đào)
- 1 muỗng cà phê chiết xuất vani

HƯỚNG DẪN:

a) Trong chảo, làm tan chảy bơ trên lửa vừa.
b) Khuấy đường nâu và sữa. Đun sôi hỗn hợp, khuấy liên tục.
c) Nhấc chảo ra khỏi bếp và cho yến mạch, các loại hạt cắt nhỏ và chiết xuất vani vào khuấy đều.
d) Múc từng thìa hỗn hợp lên khay nướng có lót giấy sáp.
e) Để bánh nguội và đặt ở nhiệt độ phòng hoặc để trong tủ lạnh để bánh đông lại nhanh hơn.
f) Sau khi cứng lại, chuyển vào hộp kín và bảo quản ở nhiệt độ phòng.
g) Hãy thưởng thức những chiếc bánh quy penuche không cần nướng này dai và đầy hương vị!

45.Bánh quy yến mạch Bourbon không nướng

THÀNH PHẦN:

- 1 ½ chén yến mạch cán
- 1 cốc bơ đậu phộng dạng kem
- ½ cốc mật ong
- ¼ cốc rượu bourbon
- ½ cốc bột cacao không đường
- ½ chén dừa vụn (tùy chọn)

HƯỚNG DẪN:

a) Trong một tô trộn lớn, trộn yến mạch cán, bơ đậu phộng, mật ong, rượu bourbon và bột ca cao.
b) Trộn tất cả các thành phần cho đến khi kết hợp tốt và hỗn hợp giữ lại với nhau.
c) Nặn hỗn hợp thành hình khúc gỗ hoặc vo thành từng viên nhỏ vừa ăn.
d) Nếu muốn, hãy cuộn bánh quy trong dừa vụn, ấn nhẹ dừa lên bề mặt.
e) Đặt bánh quy lên khay hoặc đĩa nướng có lót giấy da.
f) Làm lạnh bánh quy trong ít nhất 1 giờ hoặc cho đến khi cứng lại.
g) Sau khi đã nguội và đông lại, hãy cắt bánh quy thành độ dày mong muốn và thưởng thức. Những chiếc bánh quy cuộn bourbon không cần nướng thơm ngon này đã sẵn sàng để thưởng thức!

46.Bánh quy sô cô la trắng Matcha không nướng

THÀNH PHẦN:

- 2 chén yến mạch cán
- 1 cốc sô-cô-la trắng
- ½ cốc bơ hạnh nhân
- ¼ cốc mật ong
- 1 thìa bột matcha
- 1 muỗng cà phê chiết xuất vani

HƯỚNG DẪN:

a) Trong một tô trộn lớn, trộn yến mạch cán và bột matcha.
b) Trong một chiếc bát an toàn với lò vi sóng, làm tan chảy sô cô la trắng trong lò vi sóng, khuấy đều sau mỗi 30 giây cho đến khi mịn.
c) Thêm bơ hạnh nhân, mật ong và chiết xuất vani vào sô cô la trắng tan chảy và khuấy đều cho đến khi kết hợp tốt.
d) Đổ hỗn hợp ướt lên yến mạch và matcha, trộn đều cho đến khi tất cả nguyên liệu được phủ đều.
e) Đổ từng thìa hỗn hợp lên khay nướng có lót giấy nến và dàn phẳng một chút.
f) Làm lạnh trong khoảng 1 giờ hoặc cho đến khi đông lại.

47.Bánh quy chanh dừa không nướng

THÀNH PHẦN:

- 2 chén dừa vụn
- 1 chén bột hạnh nhân
- ½ cốc nước cốt dừa
- ¼ cốc xi-rô cây phong
- Vỏ của 2 quả chanh
- Nước ép 1 quả chanh

HƯỚNG DẪN:

a) Trong một tô trộn, trộn dừa vụn và bột hạnh nhân.
b) Thêm nước cốt dừa, siro phong, vỏ chanh và nước cốt chanh vào tô và trộn đều cho đến khi hòa quyện.
c) Nặn hỗn hợp thành những viên tròn nhỏ cỡ bánh quy và đặt chúng lên khay nướng có lót giấy nến.
d) Làm lạnh ít nhất 2 giờ hoặc cho đến khi cứng lại.

48.Bánh quy nam việt quất quả hồ trăn không nướng

THÀNH PHẦN:

- 2 chén yến mạch kiểu cũ
- 1 cốc quả hồ trăn, xắt nhỏ
- ½ cốc nam việt quất khô, cắt nhỏ
- ½ cốc bơ hạnh nhân
- ⅓ cốc mật ong
- 1 muỗng cà phê chiết xuất vani
- ¼ thìa cà phê muối

HƯỚNG DẪN:

a) Trong một tô trộn lớn, trộn yến mạch, quả hồ trăn và quả nam việt quất khô.

b) Trong một cái chảo nhỏ, đun nóng bơ hạnh nhân, mật ong, chiết xuất vani và muối trên lửa nhỏ, khuấy đều cho đến khi hòa quyện.

c) Đổ hỗn hợp bơ hạnh nhân lên các nguyên liệu khô và trộn cho đến khi mọi thứ được phủ đều.

d) Dùng tay hoặc thìa tạo hình hỗn hợp thành bánh quy và đặt chúng lên khay nướng có lót giấy nến.

e) Làm lạnh trong khoảng 1 giờ hoặc cho đến khi cứng lại.

49.Bánh quy có gia vị không nướng Chai

THÀNH PHẦN:

- 2 chén ngũ cốc gạo giòn
- 1 cốc bơ hạnh nhân
- ½ cốc mật ong
- 1 thìa cà phê hỗn hợp gia vị (quế, bạch đậu khấu, gừng, đinh hương, nhục đậu khấu)
- 1 muỗng cà phê chiết xuất vani
- Chút muối

HƯỚNG DẪN:

a) Trong một tô trộn lớn, trộn ngũ cốc gạo giòn và hỗn hợp gia vị chai.

b) Trong một cái chảo nhỏ, đun nóng bơ hạnh nhân, mật ong, chiết xuất vani và muối trên lửa nhỏ, khuấy đều cho đến khi hòa quyện.

c) Đổ hỗn hợp bơ hạnh nhân lên hỗn hợp ngũ cốc và gia vị rồi trộn cho đến khi mọi thứ được phủ đều.

d) Tạo hình hỗn hợp thành bánh quy hoặc ấn hỗn hợp vào khay nướng có lót giấy và cắt thành từng thanh.

e) Làm lạnh trong khoảng 1 giờ hoặc cho đến khi đông lại.

CỤM & HAYSTACK

50.Cụm kẹo mềm không nướng

THÀNH PHẦN:

- 2 cốc sô-cô-la chip
- ½ cốc sữa đặc có đường
- 1 muỗng cà phê chiết xuất vani
- 1 chén hạt xắt nhỏ (chẳng hạn như quả óc chó hoặc hạnh nhân)
- 1 chén ngũ cốc gạo giòn

HƯỚNG DẪN:

a) Trong một chiếc bát an toàn với lò vi sóng, trộn sô-cô-la chip và sữa đặc có đường.
b) Cho hỗn hợp vào lò vi sóng trong khoảng thời gian 30 giây, khuấy sau mỗi khoảng thời gian cho đến khi sô cô la tan chảy và mịn.
c) Khuấy chiết xuất vani, các loại hạt cắt nhỏ và ngũ cốc gạo giòn cho đến khi kết hợp tốt.
d) Múc từng thìa hỗn hợp lên khay nướng có lót giấy sáp.
e) Để các cụm kẹo mềm nguội và đặt ở nhiệt độ phòng.
f) Sau khi cứng lại, chuyển vào hộp kín và bảo quản ở nhiệt độ phòng.
g) Hãy thưởng thức những cụm kẹo mềm không cần nướng ngon lành và dễ làm này!

51.Cụm bơ đậu phộng sô cô la không nướng

THÀNH PHẦN:

- 1 cốc bơ đậu phộng dạng kem
- ½ cốc mật ong hoặc xi-rô cây phong
- ¼ chén dầu dừa tan chảy
- 2 chén yến mạch cán
- ½ cốc sô-cô-la chip nhỏ

HƯỚNG DẪN:

a) Trong một bát trộn, trộn bơ đậu phộng, mật ong (hoặc xi-rô cây phong) và dầu dừa tan chảy cho đến khi trộn đều.

b) Khuấy yến mạch cán và sô-cô-la chip nhỏ.

c) Đổ từng thìa hỗn hợp lên khay nướng có lót giấy hoặc vào các cốc bánh muffin nhỏ.

d) Làm lạnh ít nhất 1 giờ để thiết lập.

52.Cụm hạnh nhân không nướng

THÀNH PHẦN:

- 1 cốc bơ hạnh nhân
- ¼ cốc mật ong hoặc xi-rô cây phong
- ¼ chén dầu dừa tan chảy
- 2 chén dừa vụn
- ½ cốc hạnh nhân cắt nhỏ
- ½ cốc sô-cô-la chip nhỏ

HƯỚNG DẪN:

a) Trong một bát trộn, kết hợp bơ hạnh nhân, mật ong (hoặc xi-rô cây phong) và dầu dừa tan chảy cho đến khi trộn đều.
b) Khuấy dừa vụn, hạnh nhân cắt nhỏ và sô cô la vụn nhỏ.
c) Đổ từng thìa hỗn hợp lên khay nướng có lót giấy hoặc vào các cốc bánh muffin nhỏ.
d) Làm lạnh ít nhất 1 giờ để thiết lập.

53.Cụm hỗn hợp đường mòn không nướng

THÀNH PHẦN:

- 1 cốc bơ hạt kem (ví dụ bơ hạnh nhân, bơ đậu phộng)
- ¼ cốc mật ong hoặc xi-rô cây phong
- ¼ chén dầu dừa tan chảy
- 2 chén yến mạch cán
- ½ chén các loại hạt cắt nhỏ (ví dụ như hạnh nhân, quả óc chó)
- ¼ cốc trái cây sấy khô (ví dụ như quả nam việt quất, nho khô)
- ¼ cốc sô-cô-la chip nhỏ

HƯỚNG DẪN:

a) Trong một bát trộn, trộn bơ hạt, mật ong (hoặc xi-rô cây phong) và dầu dừa tan chảy cho đến khi trộn đều.

b) Khuấy yến mạch cán, các loại hạt cắt nhỏ, trái cây sấy khô và sô cô la vụn nhỏ.

c) Đổ từng thìa hỗn hợp lên khay nướng có lót giấy hoặc vào các cốc bánh muffin nhỏ.

d) Làm lạnh ít nhất 1 giờ để thiết lập.

54.Cụm mâm xôi sô cô la trắng không nướng

THÀNH PHẦN:

- 1 cốc bơ hạt kem (ví dụ bơ hạnh nhân, bơ hạt điều)
- ¼ cốc mật ong hoặc xi-rô cây phong
- ¼ chén dầu dừa tan chảy
- 2 chén dừa vụn
- ½ cốc quả mâm xôi đông khô
- ½ cốc sô-cô-la trắng

HƯỚNG DẪN:

a) Trong một bát trộn, trộn bơ hạt, mật ong (hoặc xi-rô cây phong) và dầu dừa tan chảy cho đến khi trộn đều.

b) Khuấy dừa vụn, quả mâm xôi đông khô và sô cô la trắng.

c) Đổ từng thìa hỗn hợp lên khay nướng có lót giấy hoặc vào các cốc bánh muffin nhỏ.

d) Làm lạnh ít nhất 1 giờ để thiết lập.

55.Cụm bánh quy cây caramel không nướng

THÀNH PHẦN:

- 1 cốc bơ đậu phộng dạng kem
- ¼ cốc mật ong hoặc xi-rô cây phong
- ¼ chén dầu dừa tan chảy
- 2 chén bánh quy nghiền nát
- ½ cốc caramen hoặc kẹo caramen xắt nhỏ
- ½ cốc sô-cô-la chip nhỏ

HƯỚNG DẪN:

a) Trong một bát trộn, trộn bơ đậu phộng, mật ong (hoặc xi-rô cây phong) và dầu dừa tan chảy cho đến khi trộn đều.
b) Khuấy bánh quy xoắn nghiền, các miếng caramel và sô cô la vụn nhỏ.
c) Đổ từng thìa hỗn hợp lên khay nướng có lót giấy hoặc vào các cốc bánh muffin nhỏ.
d) Làm lạnh ít nhất 1 giờ để thiết lập.

56.Cụm quả hồ trăn nam việt quất không nướng

THÀNH PHẦN:

- 1 cốc bơ hạnh nhân
- ¼ cốc mật ong hoặc xi-rô cây phong
- ¼ chén dầu dừa tan chảy
- 2 chén yến mạch cán
- ½ cốc quả nam việt quất khô
- ½ cốc quả hồ trăn cắt nhỏ

HƯỚNG DẪN:

a) Trong một bát trộn, kết hợp bơ hạnh nhân, mật ong (hoặc xi-rô cây phong) và dầu dừa tan chảy cho đến khi trộn đều.

b) Khuấy yến mạch cán, quả nam việt quất khô và quả hồ trăn cắt nhỏ.

c) Đổ từng thìa hỗn hợp lên khay nướng có lót giấy hoặc vào các cốc bánh muffin nhỏ.

d) Làm lạnh ít nhất 1 giờ để thiết lập.

57.Cụm anh đào sô cô la đen không nướng

THÀNH PHẦN:

- 1 cốc bơ hạt kem (ví dụ bơ hạnh nhân, bơ hạt điều)
- ¼ cốc mật ong hoặc xi-rô cây phong
- ¼ chén dầu dừa tan chảy
- 2 chén yến mạch cán
- ½ chén quả anh đào khô
- ½ cốc sô-cô-la đen

HƯỚNG DẪN:

a) Trong một bát trộn, trộn bơ hạt, mật ong (hoặc xi-rô cây phong) và dầu dừa tan chảy cho đến khi trộn đều.
b) Khuấy yến mạch cán, quả anh đào khô và sô cô la đen.
c) Đổ từng thìa hỗn hợp lên khay nướng có lót giấy hoặc vào các cốc bánh muffin nhỏ.
d) Làm lạnh ít nhất 1 giờ để thiết lập.

CRISP, CRUMBLE & COBBLERS

58.Đào giòn không cần nướng

THÀNH PHẦN:

- 4 cốc đào tươi, gọt vỏ và thái lát
- 1 thìa nước cốt chanh
- ¼ cốc mật ong hoặc xi-rô cây phong
- ½ muỗng cà phê chiết xuất vani
- 1 chén yến mạch cán
- ½ chén bột hạnh nhân
- ¼ chén hạnh nhân hoặc quả hồ đào xắt nhỏ
- 2 muỗng canh dầu dừa tan chảy
- ½ muỗng cà phê quế xay

HƯỚNG DẪN:

a) Trong một cái bát, kết hợp đào cắt lát, nước cốt chanh, mật ong hoặc xi-rô cây thích và chiết xuất vani. Khuấy đều cho đến khi đào được phủ đều.
b) Trong một bát riêng, trộn yến mạch cán, bột hạnh nhân, hạnh nhân cắt nhỏ hoặc hồ đào, dầu dừa đun chảy và quế xay cho đến khi vụn.
c) Trải đều một nửa hỗn hợp yến mạch vào đáy đĩa nướng đã phết mỡ.
d) Đổ hỗn hợp đào lên trên lớp yến mạch.
e) Rắc hỗn hợp yến mạch còn lại lên trên quả đào.
f) Để trong tủ lạnh ít nhất 2 giờ để bánh giòn.
g) Dùng lạnh hoặc ấm và thưởng thức món đào giòn thơm ngon không cần nướng.

59.Táo giòn không nướng

THÀNH PHẦN:

- 4 cốc táo cắt lát
- ¼ cốc mật ong hoặc xi-rô cây phong
- 1 thìa nước cốt chanh
- 1 chén yến mạch cán
- ½ chén bột hạnh nhân hoặc bột mì thông thường
- ¼ chén dầu dừa hoặc bơ tan chảy
- ¼ chén nho khô hoặc quả nam việt quất khô
- ½ muỗng cà phê quế

HƯỚNG DẪN:

a) Trong một bát trộn, trộn táo cắt lát, mật ong hoặc xi-rô cây thích, nước cốt chanh, nho khô (hoặc quả nam việt quất khô) và quế cho đến khi phủ đều.
b) Trong một bát riêng, trộn yến mạch cán, bột hạnh nhân (hoặc bột mì thông thường), dầu dừa đun chảy (hoặc bơ) và quế cho đến khi vụn.
c) Trải đều hỗn hợp táo vào khay nướng.
d) Rắc hỗn hợp yến mạch lên táo, phủ kín chúng hoàn toàn.
e) Để trong tủ lạnh ít nhất 2 giờ để hương vị hòa quyện.
f) Dùng lạnh.

60.Bánh Cobbler Hỗn Hợp Không Nướng

THÀNH PHẦN:

- 4 cốc quả mọng hỗn hợp
- ¼ cốc mật ong hoặc xi-rô cây phong
- 1 thìa nước cốt chanh
- 1 chén bột hạnh nhân hoặc bột mì thông thường
- ½ chén yến mạch cán
- ¼ chén dầu dừa hoặc bơ tan chảy
- ¼ chén hạnh nhân hoặc quả óc chó cắt nhỏ

HƯỚNG DẪN:

a) Trong một bát trộn, trộn các loại quả mọng đã trộn, mật ong hoặc xi-rô cây thích và nước cốt chanh cho đến khi được phủ đều.
b) Trong một bát riêng, trộn bột hạnh nhân (hoặc bột mì thông thường), yến mạch cán mỏng, dầu dừa đun chảy (hoặc bơ) và hạnh nhân cắt nhỏ (hoặc quả óc chó) cho đến khi vụn.
c) Trải đều hỗn hợp quả mọng vào đĩa nướng.
d) Rắc hỗn hợp yến mạch lên quả mọng, phủ kín chúng hoàn toàn.
e) Để trong tủ lạnh ít nhất 2 giờ để hương vị hòa quyện.
f) Dùng lạnh.

61.Cherry giòn không nướng

THÀNH PHẦN:

- 4 cốc quả anh đào bỏ hạt
- ¼ cốc mật ong hoặc xi-rô cây phong
- 1 thìa nước cốt chanh
- 1 chén bột hạnh nhân hoặc bột mì thông thường
- ½ chén yến mạch cán
- ¼ chén dầu dừa hoặc bơ tan chảy
- ¼ chén hạnh nhân thái lát hoặc hồ đào cắt nhỏ

HƯỚNG DẪN:

a) Trong một bát trộn, trộn quả anh đào đã bỏ hạt, mật ong hoặc xi-rô cây phong và nước cốt chanh cho đến khi hòa quyện.
b) Trong một bát riêng, trộn bột hạnh nhân (hoặc bột mì thông thường), yến mạch cán mỏng, dầu dừa đun chảy (hoặc bơ) và hạnh nhân cắt lát (hoặc hồ đào cắt nhỏ) cho đến khi vụn.
c) Trải đều hỗn hợp anh đào vào đĩa nướng.
d) Rắc hỗn hợp yến mạch lên quả anh đào, phủ kín chúng hoàn toàn.
e) Để trong tủ lạnh ít nhất 2 giờ để hương vị hòa quyện.
f) Dùng lạnh.

62.Bánh dừa dừa không nướng

THÀNH PHẦN:

- 4 cốc xoài thái hạt lựu
- ¼ cốc mật ong hoặc xi-rô cây phong
- 1 thìa nước cốt chanh
- 1 chén dừa vụn
- ½ chén bột hạnh nhân hoặc bột mì thông thường
- ¼ chén dầu dừa hoặc bơ tan chảy
- ¼ chén hạt macadamia hoặc hạt điều cắt nhỏ

HƯỚNG DẪN:

a) Trong một bát trộn, trộn xoài thái hạt lựu, mật ong hoặc xi-rô cây phong và nước cốt chanh cho đến khi phủ đều.
b) Trong một bát riêng, trộn dừa vụn, bột hạnh nhân (hoặc bột mì thông thường), dầu dừa đun chảy (hoặc bơ) và hạt mắc ca (hoặc hạt điều) cắt nhỏ cho đến khi nhuyễn.
c) Trải đều hỗn hợp xoài vào khay nướng.
d) Rắc hỗn hợp dừa lên trên xoài, phủ đều.
e) Để trong tủ lạnh ít nhất 2 giờ để hương vị hòa quyện.
f) Dùng lạnh.

63.Hạnh nhân việt quất giòn không nướng

THÀNH PHẦN:

- 4 cốc quả việt quất tươi
- ¼ cốc mật ong hoặc xi-rô cây phong
- 1 thìa nước cốt chanh
- 1 chén bột hạnh nhân hoặc bột mì thông thường
- ½ chén yến mạch cán
- ¼ chén dầu dừa hoặc bơ tan chảy
- ¼ cốc hạnh nhân thái lát

HƯỚNG DẪN:

a) Trong một bát trộn, kết hợp quả việt quất, mật ong hoặc xi-rô cây phong và nước cốt chanh cho đến khi được phủ đều.
b) Trong một bát riêng, trộn bột hạnh nhân (hoặc bột mì thông thường), yến mạch cán mỏng, dầu dừa đun chảy (hoặc bơ) và hạnh nhân cắt lát cho đến khi vụn.
c) Trải đều hỗn hợp việt quất vào khay nướng.
d) Rắc hỗn hợp hạnh nhân lên quả việt quất, phủ kín chúng hoàn toàn.
e) Để trong tủ lạnh ít nhất 2 giờ để hương vị hòa quyện.
f) Dùng lạnh.

64.Bột thanh long không nướng

THÀNH PHẦN:

- 2 quả thanh long, gọt vỏ và thái hạt lựu
- 1 muỗng canh nước cốt chanh
- ¼ cốc đường cát
- 1 chén bột hạnh nhân
- ¼ chén dừa vụn
- ¼ chén hạt macadamia cắt nhỏ
- 2 thìa mật ong
- 2 muỗng canh dầu dừa, tan chảy

HƯỚNG DẪN:

a) Trong một cái bát, trộn thanh long thái hạt lựu, nước cốt chanh và đường cát. Trộn đều.
b) Trong một bát khác, trộn bột hạnh nhân, dừa vụn, hạt mắc ca cắt nhỏ, mật ong và dầu dừa tan chảy cho đến khi nhuyễn.
c) Lấy từng món ăn riêng lẻ và xếp lớp hỗn hợp thanh long, sau đó là hỗn hợp bột hạnh nhân.
d) Lặp lại các lớp cho đến khi sử dụng hết nguyên liệu, kết thúc bằng hỗn hợp bột hạnh nhân ở trên.
e) Để trong tủ lạnh ít nhất 1 giờ để các hương vị hòa quyện với nhau.
f) Dùng lạnh và thưởng thức hương vị độc đáo của thanh long!

65.Vải thiều không nướng giòn

THÀNH PHẦN:

- 2 chén vải tươi, gọt vỏ và bỏ hột
- 1 thìa nước cốt chanh
- ¼ cốc đường cát
- 1 cốc bánh quy gingersnap nghiền nát
- ¼ cốc hạnh nhân thái lát
- 2 thìa mật ong
- 2 muỗng canh bơ không muối, tan chảy

HƯỚNG DẪN:

a) Trong một cái bát, trộn vải thiều, nước cốt chanh và đường cát. Trộn đều để phủ vải thiều.

b) Trong một bát khác, trộn bánh quy gingersnap đã nghiền nát, hạnh nhân thái lát, mật ong và bơ tan chảy cho đến khi vụn.

c) Lấy từng món ăn riêng lẻ và xếp lớp hỗn hợp vải thiều, sau đó là hỗn hợp bánh quy.

d) Lặp lại các lớp cho đến khi sử dụng hết nguyên liệu, kết thúc bằng hỗn hợp bánh quy ở trên.

e) Để trong tủ lạnh ít nhất 1 giờ để các hương vị hòa quyện với nhau.

f) Ăn lạnh và thưởng thức hương vị độc đáo của vải thiều!

66.Thợ đóng bánh đu đủ không nướng

THÀNH PHẦN:

- 2 quả đu đủ chín, gọt vỏ, bỏ hạt và thái hạt lựu
- 1 muỗng canh nước cốt chanh
- ¼ chén đường cát
- 1 thìa cà phê gừng xay
- 1 cốc bánh xốp vani nghiền
- ¼ chén quả hồ trăn xắt nhỏ
- 2 thìa mật ong
- 2 muỗng canh bơ không muối, tan chảy

HƯỚNG DẪN:

a) Trong một cái bát, trộn đu đủ thái hạt lựu, nước cốt chanh, đường cát và gừng xay. Trộn đều.
b) Trong một bát khác, trộn bánh xốp vani nghiền nát, quả hồ trăn cắt nhỏ, mật ong và bơ tan chảy cho đến khi vụn.
c) Lấy từng món ăn riêng lẻ và xếp hỗn hợp đu đủ theo sau là hỗn hợp bánh quế.
d) Lặp lại các lớp cho đến khi sử dụng hết nguyên liệu, kết thúc bằng hỗn hợp bánh xốp ở trên.
e) Để trong tủ lạnh ít nhất 1 giờ để các hương vị hòa quyện với nhau.
f) Phục vụ ướp lạnh và thưởng thức hương vị nhiệt đới của đu đủ!

67.Kiwi vụn không nướng

THÀNH PHẦN:

- 4 quả kiwi, gọt vỏ và thái lát
- 1 thìa nước cốt chanh
- ¼ chén đường cát
- 1 cốc bánh quy graham nghiền nát
- ¼ chén hạt macadamia cắt nhỏ
- 2 thìa mật ong
- 2 muỗng canh bơ không muối, tan chảy

HƯỚNG DẪN:

a) Cho các lát kiwi vào tô với nước cốt chanh và đường cát cho đến khi phủ đều.
b) Trong một bát khác, trộn bánh quy giòn graham nghiền, hạt mắc ca cắt nhỏ, mật ong và bơ tan chảy cho đến khi vụn.
c) Lấy từng món ăn riêng lẻ và xếp lớp hỗn hợp kiwi, sau đó là hỗn hợp bánh quy giòn.
d) Lặp lại các lớp cho đến khi sử dụng hết nguyên liệu, kết thúc bằng hỗn hợp bánh quy giòn ở trên.
e) Để trong tủ lạnh ít nhất 1 giờ để các hương vị hòa quyện với nhau.
f) Ăn lạnh và thưởng thức vị ngọt thơm của kiwi!

68.Máy làm chanh dây không nướng

THÀNH PHẦN:

- 6 quả chanh dây, bỏ cùi
- 1 muỗng canh nước cốt chanh
- ¼ cốc đường cát
- 1 muỗng cà phê chiết xuất vani
- 1 cốc bánh quy giòn nghiền nát
- ¼ chén dừa vụn
- 2 thìa mật ong
- 2 muỗng canh bơ không muối, tan chảy

HƯỚNG DẪN:

a) Trong một cái bát, trộn cùi chanh dây, nước cốt chanh, đường cát và chiết xuất vani. Trộn đều.

b) Trong một bát khác, trộn bánh quy bơ nghiền nát, dừa vụn, mật ong và bơ tan chảy cho đến khi vụn.

c) Lấy từng món ăn riêng lẻ và xếp lớp hỗn hợp chanh dây, sau đó là hỗn hợp bánh quy.

d) Lặp lại các lớp cho đến khi sử dụng hết nguyên liệu, kết thúc bằng hỗn hợp bánh quy ở trên.

e) Để trong tủ lạnh ít nhất 1 giờ để các hương vị hòa quyện với nhau.

f) Phục vụ ướp lạnh và thưởng thức hương vị nhiệt đới độc đáo của chanh dây!

BÁNH

69.Bánh Rum không nướng

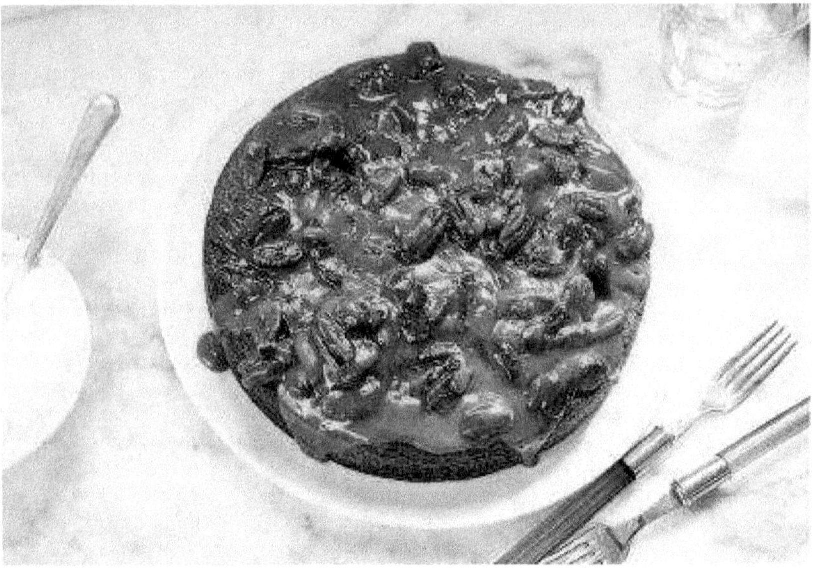

THÀNH PHẦN:

- 2 cốc bánh xốp vani nghiền
- 1 chén hồ đào xắt nhỏ
- 1 chén đường bột
- ½ cốc bơ không muối, tan chảy
- ¼ cốc rượu rum đen
- Kem tươi để trang trí (tùy chọn)

HƯỚNG DẪN:

a) Trong một bát trộn, kết hợp bánh xốp vani nghiền nát, quả hồ đào cắt nhỏ, đường bột, bơ tan chảy và rượu rum đen.
b) Trộn cho đến khi các thành phần được kết hợp hoàn toàn.
c) Nhấn hỗn hợp vào chảo lò xo 9 inch đã bôi mỡ hoặc đĩa hình chữ nhật.
d) Để trong tủ lạnh ít nhất 2 tiếng cho bánh đông lại.
e) Trước khi ăn có thể trang trí bằng kem tươi nếu muốn.

70.Bánh bảy lớp không nướng

THÀNH PHẦN:

- 1 gói bánh quy graham
- 1 cốc bơ không muối, tan chảy
- 1 chén dừa vụn
- 1 chén hạt cắt nhỏ (ví dụ như quả óc chó, quả hồ đào)
- 1 cốc sô-cô-la chip
- 1 cốc bánh quy bơ
- 1 cốc sữa đặc có đường

HƯỚNG DẪN:

a) Lót bánh quy graham dưới đáy đĩa hình chữ nhật.
b) Trong tô, trộn bơ tan chảy, dừa vụn, các loại hạt cắt nhỏ, sô cô la vụn, bánh bơ vụn và sữa đặc có đường cho đến khi hòa quyện.
c) Trải một lớp hỗn hợp lên bánh quy graham.
d) Lặp lại các lớp bánh quy graham và hỗn hợp cho đến khi sử dụng hết nguyên liệu, hoàn thiện bằng một lớp hỗn hợp lên trên.
e) Để trong tủ lạnh ít nhất 4 tiếng hoặc qua đêm để bánh đông lại.
f) Hãy cắt và thưởng thức món bánh bảy tầng không cần nướng thơm ngon.

71.Bánh kem sô cô la không nướng

THÀNH PHẦN:

- 2 gói bánh quy sô cô la sandwich
- ½ cốc bơ không muối, tan chảy
- 2 cốc kem đặc
- ¼ chén đường bột
- 1 muỗng cà phê chiết xuất vani
- Sô cô la vụn hoặc bột ca cao để trang trí (tùy chọn)

HƯỚNG DẪN:

a) Nghiền bánh quy bánh sandwich sô cô la thành vụn mịn bằng máy xay thực phẩm hoặc bằng cách đặt chúng vào túi nhựa kín và nghiền nát bằng cán lăn.

b) Trong tô trộn, trộn vụn bánh quy và bơ tan chảy cho đến khi hỗn hợp giống như cát ướt.

c) Nhấn hỗn hợp bánh quy vào đáy chảo dạng lò xo đã phết mỡ để tạo thành lớp vỏ. Cho vào tủ lạnh để nguội.

d) Trong một tô trộn riêng, đánh bông kem đặc, đường bột và chiết xuất vani cho đến khi tạo thành chóp cứng.

e) Phết một lớp kem tươi lên lớp vỏ bánh quy đã nguội.

f) Lặp lại với một lớp bánh quy và kem đánh bông khác cho đến khi hết nguyên liệu, kết thúc bằng một lớp kem đánh bông lên trên.

g) Làm lạnh bánh ít nhất 4 giờ hoặc cho đến khi đông lại.

h) Trước khi dùng, trang trí bằng sô-cô-la bào hoặc rắc bột ca cao nếu muốn.

i) Hãy cắt lát và thưởng thức chiếc bánh kem sô-cô-la không cần nướng này!

72.Bánh trái cây không nướng

THÀNH PHẦN:

- 2 cốc trái cây sấy khô hỗn hợp (chẳng hạn như nho khô, quả nam việt quất, chà là cắt nhỏ và quả mơ)
- ½ cốc bơ không muối
- ½ chén đường nâu
- ½ cốc nước ép táo hoặc nước cam
- 2 chén bánh quy graham nghiền nát hoặc bánh xốp vani
- ½ chén các loại hạt cắt nhỏ (chẳng hạn như quả óc chó hoặc hạnh nhân)
- ½ chén dừa vụn
- 1 muỗng cà phê quế xay
- ½ muỗng cà phê hạt nhục đậu khấu
- ¼ thìa cà phê đinh hương xay
- ¼ thìa cà phê muối
- ½ chén đường bột (để rắc đường)

HƯỚNG DẪN:

a) Trong một cái chảo, trộn hỗn hợp trái cây sấy khô, bơ, đường nâu và nước táo hoặc nước cam.
b) Đun sôi hỗn hợp trên lửa vừa, khuấy liên tục.
c) Giảm nhiệt xuống thấp và đun nhỏ lửa trong 5 phút, thỉnh thoảng khuấy.
d) Nhấc chảo ra khỏi bếp và để hỗn hợp nguội trong vài phút.
e) Trong một bát trộn lớn, kết hợp bánh quy graham nghiền hoặc bánh xốp vani, các loại hạt cắt nhỏ, dừa vụn, quế xay, nhục đậu khấu xay, đinh hương xay và muối.
f) Đổ hỗn hợp trái cây đã nguội lên trên hỗn hợp nguyên liệu khô. Khuấy cho đến khi kết hợp tốt.
g) Lót khuôn bánh mì hoặc khuôn nướng bánh bằng màng bọc thực phẩm hoặc giấy da, để lại một ít phần thừa ở hai bên.
h) Chuyển hỗn hợp bánh trái cây vào chảo đã chuẩn bị sẵn, ấn chặt xuống.
i) Gấp lớp bọc nhựa hoặc giấy da thừa lên trên mặt bánh.
j) Làm lạnh bánh trái cây ít nhất 4 giờ hoặc qua đêm.
k) Trước khi dùng, lấy bánh ra khỏi khuôn và rắc đường bột lên trên.
l) Cắt lát và thưởng thức món bánh trái cây không nướng ẩm và đầy hương vị này!

73.Bánh Matzoh không nướng

THÀNH PHẦN:

- 4-6 miếng sô cô la matzoh
- 2 cốc kem đánh bông hoặc topping
- 1 cốc trái cây bảo quản (chẳng hạn như quả mâm xôi hoặc dâu tây)
- Quả mọng tươi để trang trí (tùy chọn)

HƯỚNG DẪN:

a) Đặt một lớp miếng matzoh thành một lớp trên đĩa hoặc đĩa phục vụ.
b) Phết một lớp kem tươi hoặc kem tươi lên trên matzoh.
c) Trải một lớp trái cây bảo quản lên trên lớp kem đánh bông.
d) Lặp lại các lớp cho đến khi hết nguyên liệu, kết thúc bằng một lớp kem đánh bông lên trên.
e) Làm lạnh lớp bánh matzoh trong ít nhất 4 giờ hoặc qua đêm để matzoh mềm.
f) Trước khi dùng, trang trí bằng quả mọng tươi nếu muốn.
g) Hãy cắt lát và thưởng thức món bánh matzoh không nướng thơm ngon và độc đáo này!

74.Bánh Mãng Cầu Anh Đào Không Nướng

THÀNH PHẦN:

- 2 cốc vụn bánh quy graham
- ½ cốc bơ không muối, tan chảy
- 2 (8 ounce) gói phô mai kem, làm mềm
- 1 chén đường bột
- 1 muỗng cà phê chiết xuất vani
- 1 cốc kem đặc, đánh bông
- 1 lon (21 ounce) nhân bánh anh đào

HƯỚNG DẪN:

a) Trong một tô vừa, trộn vụn bánh quy graham và bơ tan chảy. Trộn cho đến khi các mẩu vụn được phủ đều bơ.

b) Nhấn hỗn hợp vụn vào đáy chảo dạng lò xo 9 inch, tạo thành một lớp chẵn. Đặt chảo vào tủ lạnh để làm lạnh trong khi chuẩn bị nhân.

c) Trong một tô trộn lớn, đánh kem phô mai cho đến khi mịn và như kem.

d) Thêm đường bột và chiết xuất vani vào kem phô mai và tiếp tục đánh cho đến khi kết hợp tốt.

e) Nhẹ nhàng cho kem đã đánh bông vào.

f) Đổ hỗn hợp phô mai kem lên lớp vỏ đã nguội trong chảo dạng lò xo và trải đều.

g) Múc phần nhân bánh anh đào lên trên hỗn hợp kem phô mai, dàn đều để tạo thành một lớp.

h) Đậy chảo bằng màng bọc thực phẩm và để trong tủ lạnh ít nhất 4 giờ hoặc qua đêm để đông kết.

i) Sau khi đặt xong, tháo các cạnh của khuôn lò xo và cắt bánh để thưởng thức. Chúc bạn ngon miệng với món bánh sữa trứng anh đào không cần nướng nhé!

75.Bánh Dừa Xoài Không Nướng

THÀNH PHẦN:

- 2 cốc vụn bánh quy graham
- 1 cốc dừa nạo không đường
- 1 cốc xoài xay nhuyễn
- 1 cốc kem tươi
- ½ cốc sữa đặc
- ¼ cốc bơ tan chảy
- Những lát xoài tươi để trang trí

HƯỚNG DẪN:

a) Trong một tô trộn, trộn vụn bánh quy graham, dừa vụn và bơ tan chảy. Trộn cho đến khi các mảnh vụn được phủ đều.
b) Nhấn một nửa hỗn hợp vụn vào đáy chảo bánh tròn hoặc chảo dạng lò xo để tạo vỏ bánh.
c) Trong một bát riêng, trộn xoài xay nhuyễn và sữa đặc cho đến khi hòa quyện.
d) Trộn kem đã đánh bông vào hỗn hợp xoài cho đến khi mịn.
e) Đổ hỗn hợp xoài lên trên lớp vỏ trong chảo bánh.
f) Rắc hỗn hợp vụn còn lại lên trên để trang trí.
g) Làm lạnh ít nhất 4 giờ hoặc cho đến khi đông lại.
h) Trước khi ăn, trang trí bằng những lát xoài tươi.

76.Bánh sô cô la bơ đậu phộng không nướng

THÀNH PHẦN:

- 2 cốc bánh quy sô-cô-la, nghiền nát
- 1 cốc bơ đậu phộng dạng kem
- 1 chén đường bột
- 1 cốc kem tươi
- ½ cốc sô cô la tan chảy để làm mưa phùn
- Đậu phộng giã nhuyễn để trang trí

HƯỚNG DẪN:

a) Trong một tô trộn, trộn bánh quy xốp sô cô la nghiền, bơ đậu phộng, đường bột và kem đánh bông. Trộn cho đến khi kết hợp tốt.
b) Nhấn một nửa hỗn hợp vào đáy khuôn bánh tròn hoặc khuôn lò xo để tạo vỏ bánh.
c) Trải một lớp sô cô la tan chảy lên trên lớp vỏ.
d) Đổ hỗn hợp bơ đậu phộng còn lại lên trên lớp sô cô la.
e) Rưới sô-cô-la tan chảy lên trên để trang trí.
f) Rắc đậu phộng giã nhuyễn lên mặt bánh.
g) Làm lạnh ít nhất 4 giờ hoặc cho đến khi đông lại.

77.Bánh chanh dâu không nướng

THÀNH PHẦN:

- 2 cốc vụn bánh quy graham
- 1 cốc bơ tan chảy
- 1 cốc nước ép dâu tây
- 1 cốc kem tươi
- ½ chén đường bột
- Vỏ của 2 quả chanh
- Dâu tây tươi để trang trí

HƯỚNG DẪN:

a) Trong một tô trộn, trộn vụn bánh quy graham và bơ tan chảy. Trộn cho đến khi các mảnh vụn được phủ đều.
b) Nhấn một nửa hỗn hợp vụn vào đáy chảo bánh tròn hoặc chảo dạng lò xo để tạo vỏ bánh.
c) Trong một bát riêng, trộn dâu tây xay nhuyễn, kem đánh bông, đường bột và vỏ chanh cho đến khi hòa quyện.
d) Đổ hỗn hợp dâu tây lên lớp vỏ trong chảo bánh.
e) Trải đều hỗn hợp và làm mịn phần trên.
f) Làm lạnh ít nhất 4 giờ hoặc cho đến khi đông lại.
g) Trước khi phục vụ, trang trí với dâu tây tươi.

BROWNIES, THANH & VUÔNG

78.Bánh sô cô la ba lớp siêu béo ngậy

THÀNH PHẦN:

- 2 cốc bánh xốp sô-cô-la
- 1 cốc bơ không muối, tan chảy
- 1 cốc sô-cô-la chip
- 1/2 cốc sô-cô-la trắng
- 1/2 chén sô cô la đen
- 1 cốc sữa đặc có đường

HƯỚNG DẪN:

a) Trong một cái bát, trộn vụn bánh xốp sô cô la với bơ tan chảy.
b) Nhấn hỗn hợp vào chảo lót để tạo thành phần đế.
c) Trong một bát khác, trộn đều sô cô la chip, sô cô la trắng, sô cô la đen và sữa đặc có đường.
d) Trải đều hỗn hợp sô-cô-la lên lớp vỏ.
e) Làm lạnh cho đến khi đông lại, sau đó cắt thành hình vuông và phục vụ.

79.Những cô gái tóc vàng Jammie Dodger

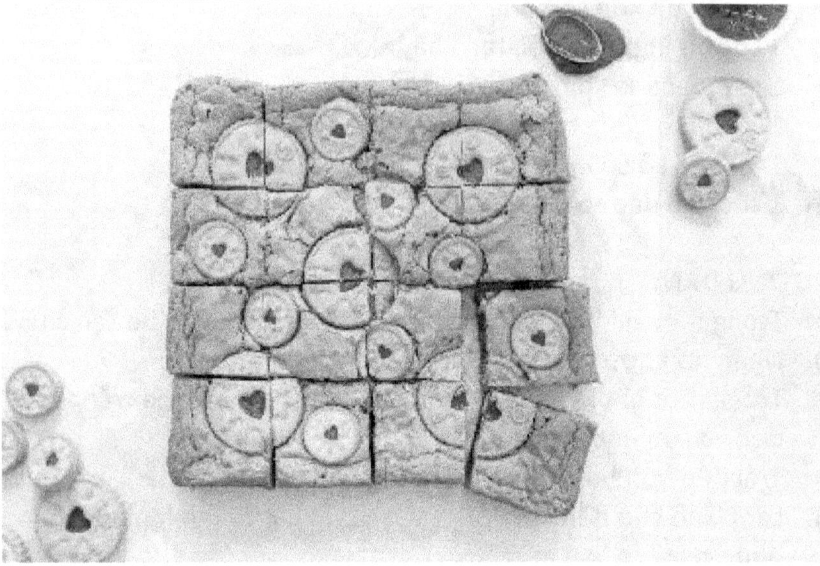

THÀNH PHẦN:

- 2 cốc vụn bánh quy graham
- 1 cốc bơ không muối, tan chảy
- 1 cốc đường nâu nhạt
- 2 chén đường bột
- 1 cốc bơ đậu phộng dạng kem
- 1 muỗng cà phê chiết xuất vani
- 1 cốc mứt mâm xôi
- Bánh quy Jammie Dodger để làm topping

HƯỚNG DẪN:

a) Trộn vụn bánh quy graham với bơ tan chảy và ấn vào chảo có lót giấy để tạo lớp nền.
b) Trong một cái bát, đánh cùng đường nâu, đường bột, bơ đậu phộng và chiết xuất vani cho đến khi mịn.
c) Phết hỗn hợp bơ đậu phộng lên vỏ bánh.
d) Làm ấm mứt mâm xôi một chút và khuấy đều trên lớp bơ đậu phộng.
e) Phủ lên trên bánh quy Jammie Dodger.
f) Làm lạnh cho đến khi đông lại, sau đó cắt thành thanh và phục vụ.

80.vuông bơ sô cô la không nướng

THÀNH PHẦN:

- 1 cốc sô-cô-la chip vừa ngọt
- ½ cốc bơ đậu phộng dạng kem
- 3 cốc kẹo dẻo nhỏ
- 3 chén ngũ cốc gạo giòn
- ½ chén đậu phộng xắt nhỏ (tùy chọn)

HƯỚNG DẪN:

a) Trong một chiếc bát an toàn với lò vi sóng, làm tan chảy sô-cô-la chip và bơ đậu phộng với nhau, khuấy đều cho đến khi mịn.
b) Trong một tô trộn lớn, trộn kẹo dẻo mini, ngũ cốc gạo giòn và đậu phộng cắt nhỏ (nếu dùng).
c) Đổ hỗn hợp sô cô la tan chảy lên hỗn hợp ngũ cốc và khuấy đều cho đến khi phủ đều.
d) Nhấn hỗn hợp vào đĩa nướng 9x9 inch đã bôi mỡ.
e) Để trong tủ lạnh ít nhất 2 giờ để bơ đông lại.
f) Cắt thành hình vuông và phục vụ.

81.Hình vuông ngũ cốc Confetti không nướng

THÀNH PHẦN:

- 4 cốc ngũ cốc hoa giấy (ví dụ: Fruity Pebbles hoặc tương tự)
- ¼ cốc bơ không muối
- 1 gói (10 oz) kẹo dẻo mini
- Rắc để trang trí (tùy chọn)

HƯỚNG DẪN:

a) Bôi mỡ vào đĩa nướng 9x9 inch và đặt sang một bên.
b) Trong một cái chảo lớn, làm tan chảy bơ trên lửa nhỏ.
c) Thêm kẹo dẻo mini vào bơ tan chảy và khuấy cho đến khi tan chảy hoàn toàn và mịn.
d) Nhấc chảo ra khỏi bếp và thêm ngũ cốc hoa giấy vào. Khuấy đều cho đến khi được phủ đều.
e) Chuyển hỗn hợp vào đĩa nướng đã chuẩn bị sẵn và ấn đều.
f) Rắc thêm rắc lên trên nếu muốn.
g) Để các khối ngũ cốc nguội và đặt ở nhiệt độ phòng.
h) Cắt thành các hình vuông và thưởng thức những hình vuông ngũ cốc không cần nướng đầy màu sắc và vui nhộn này!

82.Thanh chanh mâm xôi không nướng

THÀNH PHẦN:

- 2 cốc vụn bánh quy graham
- ½ cốc bơ tan chảy
- Phô mai kem 16 oz, làm mềm
- 1 chén đường bột
- Vỏ của 2 quả chanh
- 1 cốc mứt mâm xôi
- Quả mâm xôi tươi để trang trí

HƯỚNG DẪN:

a) Trong một tô trộn, trộn vụn bánh quy graham và bơ tan chảy. Trộn cho đến khi các mảnh vụn được phủ đều.
b) Nhấn hỗn hợp vụn vào đáy đĩa nướng hình chữ nhật để tạo lớp vỏ.
c) Trong một bát riêng, đánh kem phô mai, đường bột và vỏ chanh cho đến khi mịn và như kem.
d) Trải hỗn hợp phô mai kem lên lớp vỏ trong đĩa nướng.
e) Thả một thìa mứt mâm xôi lên trên lớp kem phô mai và dùng dao xoáy nhẹ.
f) Làm lạnh ít nhất 4 giờ hoặc cho đến khi đông lại.
g) Trước khi phục vụ, trang trí với quả mâm xôi tươi.

83.Thanh đường mòn không nướng

THÀNH PHẦN:

- 2 chén yến mạch nhanh
- 1 chén ngũ cốc gạo giòn
- ½ cốc bơ đậu phộng
- ½ cốc mật ong
- ½ chén các loại hạt cắt nhỏ (chẳng hạn như hạnh nhân hoặc hạt điều)
- ½ cốc trái cây sấy khô (chẳng hạn như quả nam việt quất hoặc nho khô)
- ¼ cốc sô-cô-la chip nhỏ (tùy chọn)

HƯỚNG DẪN:

a) Trong một bát trộn, trộn yến mạch nhanh, ngũ cốc gạo giòn, bơ đậu phộng, mật ong, các loại hạt xắt nhỏ, trái cây sấy khô và sô cô la chip nhỏ (nếu sử dụng). Khuấy cho đến khi kết hợp tốt.

b) Nhấn hỗn hợp vào đĩa nướng 9x9 inch đã phết mỡ, dùng mặt sau của thìa để dàn đều.

c) Làm lạnh các thanh dẫn hướng trong ít nhất 2 giờ hoặc cho đến khi cứng lại.

d) Cắt thành từng thanh và thưởng thức những thanh đường bổ dưỡng và không cần nướng này!

84.Bánh granola nướng không dùng lò

THÀNH PHẦN:

- 2 chén yến mạch cán
- 1 chén ngũ cốc gạo giòn
- ½ cốc mật ong
- ½ cốc bơ đậu phộng (hoặc bơ hạnh nhân cho loại không có hạt)
- 1 muỗng cà phê chiết xuất vani
- ½ cốc sô-cô-la chip nhỏ
- ¼ chén trái cây sấy khô (chẳng hạn như nho khô, quả nam việt quất hoặc quả mơ cắt nhỏ)

HƯỚNG DẪN:

a) Trong một tô trộn lớn, trộn yến mạch cán và ngũ cốc gạo giòn.
b) Trong một chiếc bát an toàn với lò vi sóng, đun nóng mật ong và bơ đậu phộng (hoặc bơ hạnh nhân) cho đến khi tan chảy và mịn. Bạn cũng có thể đun nóng chúng trên bếp ở nhiệt độ thấp.
c) Lấy bát ra khỏi bếp và khuấy đều chiết xuất vani.
d) Đổ hỗn hợp mật ong và bơ đậu phộng lên các nguyên liệu khô. Khuấy cho đến khi kết hợp tốt.
e) Thêm sô cô la chip nhỏ và trái cây khô vào hỗn hợp. Khuấy cho đến khi phân bố đều.
f) Chuyển hỗn hợp vào đĩa nướng 9x9 inch đã được bôi mỡ hoặc lót giấy. Nhấn mạnh xuống để tạo một lớp đồng đều.
g) Làm lạnh các thanh granola trong ít nhất 2 giờ hoặc cho đến khi đông lại.
h) Khi đã cứng lại, cắt thành từng thanh và bảo quản trong hộp kín.
i) Hãy thưởng thức những thanh granola bổ dưỡng và không cần nướng này như một món ăn nhẹ bổ dưỡng!

85.Hình vuông sô cô la-dừa không nướng

THÀNH PHẦN:

- 1 ½ cốc vụn bánh quy sô-cô-la
- ¼ cốc bơ không muối, tan chảy
- 1 ½ chén dừa vụn
- ½ chén các loại hạt cắt nhỏ (chẳng hạn như hạnh nhân hoặc quả óc chó)
- 1 lon (14 oz) sữa đặc có đường
- 1 cốc sôcôla bán ngọt
- ¼ cốc bơ không muối
- 1 muỗng cà phê chiết xuất vani

HƯỚNG DẪN:

a) Trong một tô trộn, trộn vụn bánh quy sô cô la và bơ tan chảy. Khuấy đều cho đến khi các mảnh vụn được phủ đều.
b) Nhấn hỗn hợp vào đáy đĩa nướng 9x9 inch đã được bôi mỡ hoặc lót giấy để tạo thành lớp vỏ. Cho vào tủ lạnh để làm lạnh trong khi chuẩn bị nhân.
c) Trong một bát trộn riêng, trộn dừa vụn và các loại hạt cắt nhỏ.
d) Đổ sữa đặc có đường lên hỗn hợp hạt dừa và khuấy đều cho đến khi hòa quyện.
e) Rưới hỗn hợp dừa-hạt lên lớp vỏ đã chuẩn bị sẵn, ấn đều.
f) Trong một cái chảo nhỏ, làm tan chảy sô cô la chip và bơ không muối trên lửa nhỏ, khuấy đều cho đến khi mịn.
g) Nhấc chảo ra khỏi bếp và cho chiết xuất vani vào khuấy đều.
h) Đổ hỗn hợp sô cô la lên trên lớp hạt dừa, trải đều.
i) Làm lạnh các hình vuông trong ít nhất 2 giờ hoặc cho đến khi đông lại.
j) Cắt thành các hình vuông và thưởng thức những hình vuông sô cô la-dừa phủ sương không nướng đậm đà và hấp dẫn này!

86.Hình vuông màu cam gừng không nướng

THÀNH PHẦN:

- 2 cốc vụn bánh quy gingersnap
- ½ cốc bơ không muối, tan chảy
- 1 gói (8 oz) kem phô mai, làm mềm
- ½ chén đường bột
- 1 muỗng canh vỏ cam
- 1 cốc kem đặc
- Kẹo gừng để trang trí (tùy chọn)

HƯỚNG DẪN:

a) Trong một tô trộn, trộn vụn bánh quy gingersnap và bơ tan chảy. Khuấy đều cho đến khi các mảnh vụn được phủ đều.

b) Nhấn hỗn hợp vào đáy đĩa nướng 9x9 inch đã được bôi mỡ hoặc lót giấy để tạo thành lớp vỏ. Cho vào tủ lạnh để làm lạnh trong khi chuẩn bị nhân.

c) Trong một bát trộn riêng, đánh kem phô mai, đường bột và vỏ cam cho đến khi mịn và như kem.

d) Trong một tô khác, đánh kem đặc cho đến khi tạo thành chóp cứng.

e) Nhẹ nhàng trộn kem đã đánh bông vào hỗn hợp kem phô mai cho đến khi hòa quyện hoàn toàn.

f) Đổ phần nhân lên trên lớp vỏ đã chuẩn bị sẵn, trải đều.

g) Làm lạnh các hình vuông trong ít nhất 4 giờ hoặc cho đến khi đông lại.

h) Trước khi dùng, trang trí với kẹo gừng nếu muốn.

i) Cắt thành các hình vuông và thưởng thức những hình vuông màu cam gừng không cần nướng thú vị này!

87.hạnh nhân không nướng

THÀNH PHẦN:

- 1 ½ cốc chà là, bỏ hạt
- 1 cốc quả óc chó
- ¼ cốc bột cacao
- 1 muỗng cà phê chiết xuất vani
- Chút muối

HƯỚNG DẪN:

a) Cho chà là, quả óc chó, bột ca cao, chiết xuất vani và muối vào máy xay thực phẩm.
b) Xử lý cho đến khi hỗn hợp hòa quyện và tạo thành một khối bột dính.
c) Nhấn bột vào khuôn hình vuông hoặc hình chữ nhật có lót giấy nến.
d) Để trong tủ lạnh ít nhất 1 tiếng cho cứng lại.
e) Cắt thành hình vuông brownie và phục vụ.

88.Thanh ngũ cốc Chipits không nướng

THÀNH PHẦN:

- 3 cốc ngũ cốc bạn chọn (ví dụ: Rice Krispies, Corn Flakes hoặc bất kỳ loại ngũ cốc giòn nào khác)
- 1 cốc khoai tây chiên
- ½ chén bơ đậu phộng mịn
- ¼ cốc mật ong hoặc xi-rô cây phong
- 1 muỗng cà phê chiết xuất vani

TÙY CHỌN HÀNG ĐẦU

- Dừa nạo
- Hạt được thái nhỏ
- sô-cô-la chip

HƯỚNG DẪN:

a) Trong một tô trộn lớn, trộn ngũ cốc và đặt sang một bên.
b) Trong một chiếc bát an toàn với lò vi sóng, làm tan chảy các viên sô cô la chipits, bơ đậu phộng và mật ong (hoặc xi-rô cây phong) với nhau trong khoảng thời gian 30 giây, khuấy đều ở giữa cho đến khi tan chảy hoàn toàn và mịn.
c) Khuấy chiết xuất vani vào hỗn hợp tan chảy.
d) Đổ hỗn hợp đã tan chảy lên ngũ cốc và trộn cho đến khi ngũ cốc được phủ đều.
e) Nhấn mạnh hỗn hợp vào đĩa nướng 9x9 inch có lót giấy da.
f) Nếu muốn, rắc dừa vụn, các loại hạt cắt nhỏ hoặc thêm sô cô la vụn lên trên và ấn nhẹ chúng vào hỗn hợp.
g) Làm lạnh các thanh ngũ cốc trong ít nhất 1 giờ hoặc cho đến khi cứng lại.
h) Sau khi đã nguội và đông lại, lấy các thanh ra khỏi đĩa nướng và cắt chúng thành hình vuông hoặc thanh.
i) Bảo quản các thanh ngũ cốc Chipits không nướng trong hộp kín trong tủ lạnh tối đa 1 tuần.

89.Bánh hạnh nhân đậu phộng không nướng

THÀNH PHẦN:

- 2 chén đậu phộng, không muối
- 1 cốc chà là bỏ hạt
- ¼ cốc bột cacao không đường
- ¼ cốc mật ong hoặc xi-rô cây phong
- 1 muỗng cà phê chiết xuất vani
- Chút muối

HƯỚNG DẪN:

a) Cho đậu phộng vào máy xay thực phẩm và xay cho đến khi chúng được nghiền mịn.
b) Thêm chà là, bột ca cao, mật ong hoặc xi-rô cây phong, chiết xuất vani và muối vào máy xay thực phẩm.
c) Xử lý tất cả các thành phần với nhau cho đến khi tạo thành một hỗn hợp dính và vụn.
d) Lót một đĩa nướng hình vuông bằng giấy da.
e) Chuyển hỗn hợp vào đĩa đã lót giấy và ấn chặt xuống để tạo thành một lớp đều.
f) Làm lạnh bánh hạnh nhân trong ít nhất 1-2 giờ dể đặt.
g) Sau khi đã cứng, lấy bánh hạnh nhân ra khỏi đĩa, cắt thành từng miếng vuông và thưởng thức. Những chiếc bánh hạnh nhân đậu phộng không nướng này là một sự thay thế thú vị và lành mạnh hơn cho những chiếc bánh hạnh nhân truyền thống.

BÓNG NĂNG LƯỢNG & Cắn

90.Quả bóng bánh sô cô la Fudge

THÀNH PHẦN:

- 2 cốc vụn bánh sô-cô-la
- 1/2 cốc phủ sô cô la
- Lớp phủ sô cô la (sô cô la tan chảy)

HƯỚNG DẪN:

a) Trộn vụn bánh sô-cô-la với kem phủ sô-cô-la.
b) Viên hỗn hợp thành những quả bóng và đặt chúng lên khay có lót giấy.
c) Nhúng từng quả bóng vào sô cô la tan chảy để phủ.
d) Cho phép chúng đặt trong tủ lạnh trước khi phục vụ.

91.Quả cầu tuyết hạnh nhân không nướng

THÀNH PHẦN:

- 1 chén bột hạnh nhân
- ¼ cốc xi-rô cây phong
- ¼ cốc bơ hạnh nhân
- ½ muỗng cà phê chiết xuất hạnh nhân
- ½ chén dừa vụn

HƯỚNG DẪN:

a) Trong một bát trộn, trộn bột hạnh nhân, xi-rô cây phong, bơ hạnh nhân và chiết xuất hạnh nhân. Khuấy cho đến khi kết hợp tốt.
b) Lấy từng phần nhỏ hỗn hợp và vo thành từng viên vừa ăn.
c) Lăn từng viên qua dừa vụn cho đến khi phủ đều.
d) Đặt những quả cầu tuyết lên khay nướng có lót giấy nến.
e) Để trong tủ lạnh ít nhất 1 tiếng cho cứng lại.
f) Phục vụ ướp lạnh và thưởng thức những quả cầu tuyết hạnh nhân thú vị này.

92.Quả bóng ca cao-Bourbon không nướng

THÀNH PHẦN:

- 2 cốc bánh quy sô-cô-la nghiền mịn
- 1 chén đường bột
- 1 chén hồ đào xắt nhỏ
- 3 thìa bột cacao không đường
- ¼ cốc rượu bourbon hoặc whisky
- 2 muỗng canh xi-rô ngô nhẹ

HƯỚNG DẪN:

a) Trong một tô trộn lớn, trộn bánh quy sô-cô-la nghiền nát, đường bột, quả hồ đào cắt nhỏ và bột ca cao.

b) Thêm rượu bourbon và xi-rô ngô nhạt vào hỗn hợp và khuấy đều cho đến khi hòa quyện.

c) Dùng tay nặn hỗn hợp thành từng viên nhỏ.

d) Đặt những viên cacao-bourbon lên khay nướng có lót giấy sáp.

e) Làm lạnh ít nhất 1 giờ hoặc cho đến khi cứng lại.

f) Phục vụ ướp lạnh và thưởng thức những quả bóng ca cao-bourbon không nướng thú vị này!

93.Quả bóng Gingersnap không nướng

THÀNH PHẦN:

- 2 cốc vụn bánh quy gingersnap
- ½ chén đường bột
- ½ chén các loại hạt cắt nhỏ (chẳng hạn như quả óc chó hoặc quả hồ đào)
- ¼ cốc xi-rô ngô nhẹ
- 2 muỗng canh nước

HƯỚNG DẪN:

a) Trong một bát trộn, trộn vụn bánh quy gingersnap, đường bột và các loại hạt cắt nhỏ.
b) Trong một bát nhỏ, trộn đều xi-rô ngô nhẹ và nước cho đến khi hòa quyện.
c) Đổ hỗn hợp xi-rô ngô lên hỗn hợp vụn bánh quy và khuấy đều cho đến khi ẩm đều.
d) Dùng tay nặn hỗn hợp thành từng viên nhỏ.
e) Đặt những quả bóng gingersnap lên khay nướng có lót giấy sáp.
f) Để các quả bóng cứng lại trong tủ lạnh ít nhất 1 giờ.
g) Phục vụ ướp lạnh và thưởng thức những viên bánh gừng thơm ngon và không cần nướng này!

94.Rượu mùi Mocha không nướng

THÀNH PHẦN:

- 2 cốc vụn bánh quy sô-cô-la
- 1 chén các loại hạt thái nhỏ (chẳng hạn như hạnh nhân hoặc hồ đào)
- ½ chén đường bột
- 2 thìa bột cacao
- ¼ cốc rượu mùi cà phê
- 2 thìa cà phê hạt hòa tan
- 2 muỗng canh xi-rô ngô
- Đường bột để lăn

HƯỚNG DẪN:

a) Trong một bát trộn, trộn vụn bánh quy sô cô la, các loại hạt cắt nhỏ, đường bột và bột ca cao.
b) Trong một bát riêng, hòa tan hạt cà phê hòa tan trong rượu mùi cà phê.
c) Khuấy hỗn hợp rượu mùi cà phê và xi-rô ngô vào nguyên liệu khô cho đến khi hòa quyện.
d) Dùng tay nặn hỗn hợp thành từng viên nhỏ.
e) Lăn các quả bóng trong đường bột để phủ.
f) Đặt những viên rượu mùi mocha lên khay nướng có lót giấy sáp.
g) Để các quả bóng cứng lại trong tủ lạnh ít nhất 1 giờ.
h) Phục vụ ướp lạnh và thưởng thức những quả bóng rượu mùi mocha ngon và không cần nướng này!

95.Quả bóng rượu rum anh đào không nướng

THÀNH PHẦN:

- 2 cốc bánh quy wafer vani nghiền nát
- 1 chén đường bột
- 1 chén quả óc chó cắt nhỏ
- 1 cốc quả anh đào khô, cắt nhỏ
- 2 thìa bột cacao
- ¼ cốc rượu rum
- 2 muỗng canh xi-rô ngô nhẹ
- Bổ sung đường bột để cán

HƯỚNG DẪN:

a) Trong một tô trộn lớn, trộn bánh quy xốp vani nghiền, đường bột, quả óc chó cắt nhỏ, quả anh đào khô và bột ca cao.
b) Thêm rượu rum và xi-rô ngô nhẹ vào hỗn hợp và khuấy đều cho đến khi mọi thứ hòa quyện hoàn toàn.
c) Lấy những phần nhỏ của hỗn hợp và dùng tay cuộn chúng thành những quả bóng 1 inch.
d) Lăn các quả bóng qua đường bột để phủ đều chúng.
e) Đặt những viên rượu rum lên khay nướng có lót giấy da.
f) Làm lạnh các viên rượu rum trong ít nhất 2 giờ hoặc cho đến khi cứng lại.
g) Sau khi đã nguội và đông lại, hãy chuyển những viên rượu rum vào hộp kín để bảo quản. Chúng có thể được bảo quản trong tủ lạnh tối đa 2 tuần.

96.Quả cam không nướng

THÀNH PHẦN:

- 2 cốc vụn bánh xốp vani
- 1 chén đường bột
- 1 chén các loại hạt thái nhỏ (chẳng hạn như quả hồ đào hoặc hạnh nhân)
- ½ cốc nước cam
- ¼ cốc vỏ cam
- Dừa nạo để lăn

HƯỚNG DẪN:

a) Trong một bát trộn, trộn vụn bánh xốp vani, đường bột và các loại hạt cắt nhỏ.
b) Thêm nước cam và vỏ cam vào hỗn hợp. Khuấy cho đến khi kết hợp tốt và hỗn hợp giữ lại với nhau.
c) Nặn hỗn hợp thành những quả bóng nhỏ, đường kính khoảng 1 inch.
d) Lăn những quả bóng trong dừa để phủ.
e) Đặt những quả bóng màu cam đã tráng lên khay nướng có lót giấy sáp.
f) Làm lạnh các quả bóng trong ít nhất 1 giờ hoặc cho đến khi cứng lại.
g) Bảo quản trong hộp kín trong tủ lạnh.

97.Quả bóng năng lượng sô cô la bơ đậu phộng

THÀNH PHẦN:

- 1 chén yến mạch kiểu cũ
- 1/2 cốc bơ đậu phộng
- 1/3 cốc mật ong hoặc xi-rô cây phong
- 1/2 chén hạt lanh xay
- 1/2 cốc sô-cô-la chip nhỏ
- 1 muỗng cà phê chiết xuất vani
- Chút muối (tùy chọn)

HƯỚNG DẪN:

a) Trong một tô lớn, trộn yến mạch, bơ đậu phộng, mật ong (hoặc xi-rô cây thích), hạt lanh xay, sô-cô-la chip, chiết xuất vani và một chút muối nếu muốn.
b) Trộn cho đến khi kết hợp tốt.
c) Làm lạnh hỗn hợp trong khoảng 30 phút để dễ xử lý hơn.
d) Sau khi đã nguội, vo hỗn hợp thành những viên tròn vừa ăn.
e) Đặt các quả bóng năng lượng lên khay có lót giấy da.
f) Làm lạnh ít nhất 1 giờ trước khi phục vụ.

98.Quả bóng năng lượng dừa hạnh nhân chà là

THÀNH PHẦN:

- 1 cốc chà là, bỏ hạt
- 1/2 chén hạnh nhân
- 1/4 chén dừa vụn, không đường
- 1 muỗng canh hạt chia
- 1 muỗng cà phê chiết xuất vani
- Chút muối (tùy chọn)

HƯỚNG DẪN:

a) Cho chà là, hạnh nhân, dừa vụn, hạt chia, chiết xuất vani và một chút muối vào máy xay thực phẩm.
b) Xử lý hỗn hợp cho đến khi tạo thành một khối bột dính.
c) Múc từng phần bột nhỏ và vo thành từng viên tròn.
d) Đặt các quả bóng năng lượng lên khay có lót giấy da.
e) Làm lạnh ít nhất 1 giờ trước khi phục vụ.

99.Quả bóng năng lượng bánh quy nho khô yến mạch

THÀNH PHẦN:

- 1 chén yến mạch kiểu cũ
- 1/2 cốc nho khô
- 1/4 cốc bơ hạnh nhân
- 1/4 cốc mật ong hoặc xi-rô cây phong
- 1 thìa cà phê quế
- 1/2 muỗng cà phê chiết xuất vani
- Chút muối (tùy chọn)

HƯỚNG DẪN:

a) Trong máy xay thực phẩm, kết hợp yến mạch, nho khô, bơ hạnh nhân, mật ong (hoặc xi-rô cây phong), quế, chiết xuất vani và một chút muối nếu muốn.
b) Xử lý hỗn hợp cho đến khi kết hợp tốt và dính.
c) Làm lạnh hỗn hợp trong khoảng 30 phút.
d) Sau khi đã nguội, vo hỗn hợp thành những viên tròn vừa ăn.
e) Đặt các quả bóng năng lượng lên khay có lót giấy da.
f) Làm lạnh ít nhất 1 giờ trước khi phục vụ.

100.Quả bóng sô cô la dừa

THÀNH PHẦN:

- 1 chén yến mạch cán
- 1/2 chén bột protein sô cô la
- 1/3 cốc bơ hạnh nhân
- 1/4 cốc mật ong hoặc xi-rô cây thùa
- 1/4 chén dừa vụn, không đường
- 1 muỗng cà phê chiết xuất vani
- Chút muối (tùy chọn)

HƯỚNG DẪN:

a) Trong một cái bát, trộn yến mạch cán, bột protein sô cô la, bơ hạnh nhân, mật ong (hoặc xi-rô cây thùa), dừa vụn, chiết xuất vani và một chút muối nếu muốn.
b) Khuấy cho đến khi hỗn hợp được kết hợp tốt.
c) Làm lạnh hỗn hợp trong khoảng 30 phút.
d) Sau khi đã nguội, vo hỗn hợp thành những viên tròn vừa ăn.
e) Lăn từng viên vào dừa nạo bổ sung nếu muốn.
f) Đặt các quả bóng năng lượng lên khay có lót giấy da.
g) Làm lạnh ít nhất 1 giờ trước khi phục vụ.

PHẦN KẾT LUẬN

Khi chúng ta đọc đến chương cuối cùng của Món nướng không nướng của BÁNH QUẾ CHẤT , tôi hy vọng cuộc phiêu lưu ẩm thực này sẽ mang lại vị ngọt và niềm vui cho căn bếp của bạn. Với 100 món ăn hấp dẫn trong tầm tay bạn, khả năng tạo ra những món tráng miệng đáng nhớ mà không cần lò nướng là vô tận. Cho dù bạn coi nghệ thuật nướng bánh không cần nướng như một thói quen hàng ngày hay dành nó cho những dịp đặc biệt, thì cuộc hành trình vẫn không kém phần ngon miệng.

Cảm ơn bạn đã tham gia cùng chúng tôi trong cuộc phiêu lưu đầy hương vị này. Chúc những nỗ lực không nướng bánh trong tương lai của bạn sẽ tràn ngập sự sáng tạo, niềm vui và sự hài lòng khi chế biến những món tráng miệng để lại ấn tượng lâu dài. Cho đến chuyến phiêu lưu nướng bánh tiếp theo của chúng ta, hãy thưởng thức vị ngọt ngào trong các sáng tạo của BÁNH QUẾ CHẤT và tiếp tục tận hưởng thế giới thú vị của các món ăn không cần nướng. Chúc bạn nướng bánh vui vẻ!

www.ingramcontent.com/pod-product-compliance
Lightning Source LLC
LaVergne TN
LVHW010925061026
849535LV00007B/2241
* 9 7 8 1 8 3 6 1 1 6 9 4 3 *